இதுவும் அதுவும் உதவும்

இதுவும் அதுவும் உதவும்

இரா. முருகன்

எழுத்து
பிரசுரம்

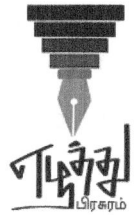

Title: Ithuvum Athuvum Uthavum
Author's Name: Era. Murugan
Copyright © Era. Murugan - 2025
Published by Ezutthu Prachuram

All rights reserved. No part of this publication may be reproduced, stored in a retrieval system, or transmitted, in any form or by any means, electronic, mechanical, photocopying, recording, psychic, or otherwise, without the prior permission of the publishers.

Ezutthu Prachuram
(An imprint of Zero Degree Publishing)
No.75 & 76, Ist Floor, Kuppusamy Street,
Balaji Nagar,
Padi,
Chennai - 600050

Website: www.zerodegreepublishing.com
E Mail id: zerodegreepublishing@gmail.com
Phone: 89250 61999

Ezutthu Prachuram First Edition: March 2025
ISBN:978-93-48439-10-9
TITLE NO EP:563

Rs. 160/-

Cover Design & Layout: Vijayan, Creative Studio
Printed at Manipal Technologies, India

பொருளடக்கம்

1. மொழி அதிர்ச்சி 7
2. தமிழ் அதிர்ச்சி 11
3. அரவான் 13
4. கலங்கிய நதி 15
5. நாரோல் வந்த நோவா 22
6. சர்தார் சாஹப் 24
7. வீணை பாலசந்தரின் பொம்மை 26
8. ஆப்பிள்காரர் 28
9. பத்திரிகை யுத்தம் 36
10. சபாபதி 39
11. மழை முகம் 41
12. எழுத்தும் பாதிப்பும் 43
13. மழை ஓவியர் 46
14. மேடையில் சுருட்டு 53
15. சிக்கன விமானம் 57
16. விழா 61
17. சிரியோ சிரி 63

வார பலன் 2011

18. கிரேசியோடு ஒரு சாயங்காலம்		69
19. காமன்வெல்த்என்ற விளையாட்டு		83
20. அரசியலான மதம்		87
21. நிலவறை துறந்து		91
22. பூங்கா கணபதி		94
23. எம்.எப்.உசைன்		97
24. உசைனும் நானும்		106
25. ஊர் சுற்றப் போன கதை		111
26. அசாரே எங்கே சாரே?		118
27. செல்லாக் காசு		120
28. அண்ணாவித்தனம் – சில குறிப்புகள்		123
29. பாதல் சர்க்கார்		128
30. மேடையில் மறுபடியும் சுருட்டு		131

மொழி அதிர்ச்சி

சும்மா இருக்கப்பட்ட நேரத்தில் நாலு அயல்மொழி கற்று வைத்துக் கொண்டால் ஏகத்துக்கு நல்லது என்று எல்லோரும் எக்காலத்திலும் சொன்னாலும், மெனக்கெட்டு வேற்று மொழி கற்பவர்களை ஒரு லேப் டாப் கம்ப்யூட்டர் துணையோடு எண்ணிப் பட்டியல் போட்டு விடலாம். ஆயிரம் பேர் உள்ள ஜனக் கூட்டத்தில் பத்துப் பேர் இந்திப் பிரச்சார சபாவில் ராஷ்ட்ர பாஷா பரீட்சையில் ஜெயிக்க பாடப் புத்தகங்களோடு தினசரி சபைக்குப் போகிறவர்களாக இருப்பார்கள். பெரும்பாலும் இளவயது. கன்னையாலால் கடையில் விலை கேட்டு, பர்ஸில் இருந்து பத்து ரூபாய் எடுத்துக் கொடுத்து நாலு வாழைப்பழம் வாங்கிச் சாப்பிட்டான் என்பது போன்ற சிரமமான வாக்கியங்களை இந்தியில் கற்றுக்கொள்வதால் கன்னையாலாலுக்குக் கொல்லைக்குப் போகுமே தவிர இவர்களுக்குக் குறிப்பிட்ட பிரயோஜனம் இருப்பதாகத் தெரியவில்லை. டெல்லி மும்பையில் வேலை கிடைத்துப் போனால்? போனால் என்ன? அங்கே பெட்டிக் கடையில் வாழைப் பழத்தைக் காட்டிக் கேட்டால் எடுத்துக் கொடுக்க மாட்டானா? என்னத்துக்கு கன்னையாவை இழுக்கணும்?

இதுவும் அதுவும் உதவும்

வீம்புக்கோ, பக்கத்து வீட்டில் வேறு மொழி பேசுகிற பெண் குடியேறினால் நப்பாசையோடோ சம்பந்தப்பட்ட மொழியைப் படிக்கிறவர்கள், எழுதக் கற்றுக்கொள்வதைவிட நாலு வார்த்தை பேசுவதில்தான் அக்கறை காட்டுகிறார்கள். வடக்கில் இருந்து தமிழ் சினிமாவில் நடிக்க வருகிற நடிகைகள் இந்தப் பட்டியலில் வரமாட்டார்கள். சாப்பாடு, வணக்கம், தமிழ்நாடு, பிடிச்சிருக்கு என்று டிவி சானல் டிவி பேட்டிக்கு உபயோகமாக நாலு வார்த்தை கற்றுக்கொண்டால் தமிழ் இவர்களுடைய தெரிந்த மொழி பட்டியலில் சேர்ந்துவிடும்,

இப்படி அவசரமாக மொழி கற்றவர்கள் பேசும்போது அந்த மொழிக்காரர்களுக்கு மொழி அதிர்ச்சி அவ்வப்போது ஏற்பட வாய்ப்பு உண்டு. பஞ்சாபி ராதா சலூஜா, எம்.ஜி.ஆர் படத்தில் கதாநாயகியாக வந்து, 'ஐயோ விடுங்க, அத்தை வெந்துடப் போறாங்க' என்று சிணுங்குவது இந்த ரகம்.

அயல்மொழி தெரியாமல், இதுதான் அர்த்தம் என்று உத்தேசமாக அனுமானம் செய்துகொண்டு இருக்க, ஏற்படும் மொழி அதிர்ச்சி இன்னொரு மாதிரி.

தில்லியில் வங்கி அதிகாரியாக வேலை இடமாற்றம் கிடைத்துப் போனபோது பேங்க் லோனுக்காக வந்த கௌரவமான சர்தார்ஜி சொன்னது போல, 'நான் இண்டர்கோர்ஸ் வரைதான் படிச்சிருக்கிறேன். மீதியை எல்லாம் சொந்தமா அனுபவிச்சுக் கத்துக்கிட்டேன்'. இண்டர்மீடியட் வகுப்பு தமிழ்நாட்டில் இல்லாமல் போச்சே என்று ஏக்கமாக இருந்தது.

அயல்மொழி உச்சரிப்பிலும் வார்த்தை, வாக்கிய அமைப்பிலும் சொந்த மொழிக்கு எவ்வளவு நெருக்கமாக இருக்குமோ அதைப் பொறுத்து அதிர்ச்சியின் அளவு கூடும் அல்லது குறையும்.

உதாரணத்துக்கு தமிழும் மலையாளமும்.

மலையாள மகாகவி உள்ளூர் பரமேஸ்வர அய்யர் பிறப்பால் தமிழைத் தாய்மொழியாகக் கொண்ட குடும்பத்தில் பிறந்தவர். அவருடைய கவிதையில் 'இடிமுழக்கம்' என்று கம்பீரமாக ஓர் இடத்தில் வந்ததைக் குற்றம் சொன்னார் ஒரு பிரபல மலையாள இலக்கிய விமர்சகர். 'இடி நாதம்'தான் சரியான வார்த்தைப் பிரயோகமாம்.

'பரமேஸ்வர அய்யருக்கு மனத்தளவில் கவிதைக்குள் தமிழில் தான் இடிமுழங்கியது. நாதம் என்பது வீணையை மீட்டினால் வருவது. மலையாளத்திலேயே நினைத்து மலையாளத்திலேயே அவர் கவிதை செய்திருந்தால் இடி இசைபாடி இருக்கும் என்று அந்த விமர்சகரிடம் சொல்ல வேண்டி வந்தது.

வீட்டில் தூங்கிட்டிருந்தேன் என்று மலையாளியிடம் சொன்னால் பேயைப் பார்த்ததுபோல் கலவரத்தோடு பார்க்கிறார். 'தூங்கி' என்பது குறுக்கல் விகாரமாகத் 'துங்கி' என்று அவர் காதில் விழுந்ததே காரணம். துங்குதலானது தமிழில் தூக்குப் போட்டு உயிரை விடுவது என்று அறியப்படும்.

'தூறல் நின்னு போச்சு' என்று பாக்கியராஜின் படம் வந்தபோது 'தமிழ்நாட்டில்' 'என்ன மாதிரி கவித்துவமான தலைப்பு' என்று சிலர் சொன்னார்கள். கேரளத்தில் படம் வெளியிட ஏகப்பட்ட தயக்கம். 'இதென்ன சார் டைட்டில்? எப்படி படம் பார்க்க வருவாங்க, முக்கியமா லேடீஸ்?' என்று விநியோகஸ்தர்கள் சங்கடத்தோடு சிரித்தார்கள்.

காரணம் தூறல் என்ற சொல் தமிழில் சிறு மழை. மலையாளத்தில் காலைக் கடன். அது நின்று போனால், கன்னையாலால்தான் வாழைப்பழத்தோடு வரவேண்டும்.

பழைய தமிழ்ப் படத்தில் சிவாஜி உருக்கமாக, 'அண்ணன் காட்டிய வழியம்மா...' என்று பாடிக்கொண்டு உடம்பு முழுதும் விதிர்விதிர்க்க நடக்க, கோழிக்கோடு சினிமா கொட்டகையில் படம் பார்க்க வந்த சேட்டர்கள் சேட்டையாகச் சிரித்தார்கள்.

'இவ்வளவு பெரிய மனுஷர்... இவருக்கு வழிகாட்ட வேறே யாராவது கிடைக்கலியா? போயும் போயும்...' என்று மலையாளத்தில் குறைபட்டுக்கொண்டார்கள்.

அண்ணன் (அண்ணான்) என்றால் மலையாளத்தில் ஓணான்.

பாக்கியராஜின் இன்னொரு படத்தில் ஒரு மலையாளப் பாடல் வரும். சப்த ஸ்வர தேவி உணரு என்று தொடங்குவது. உணரு என்றால் தமிழ் அறிந்தவர்கள் உணர்ந்துகொள் என்று பொருள் கொள்வது சகஜம். இங்கே மலையாள உணருக்கு அது அர்த்தமில்லை. விழித்துக்கொள் என்பதே பொருள்.

இதுவும் அதுவும் உதவும்

இதுகூடப் பரவாயில்லை. பாட்டு நாலு அடி முன்னால் போனதும் விழித்துக்கொண்ட சப்த ஸ்வர தேவியை இப்படி பிரார்த்திக்கும்.

என் கழிவில் ஒளிதீபம் ஏற்று.

தலையை ஆட்டி ரசித்துக் கேட்டுக்கொண்டிருந்த நண்பர் கேட்டார், 'என்ன சார், கோபார் காஸ் சமாச்சாரம் போல் இருக்கே. மங்கலகரமா நெய் விளக்கு, மாவிளக்கு ஏத்திக் கும்பிடாம. அது எதுக்கு லெட்ரின்லே இருந்து... மலையாளப் பழக்கம் அவ்வளவு நல்லா இல்லீங்களே'.

என்ன செய்ய? கழிவு என்றால் மலையாளத்தில் திறமை. தமிழ்க் கழிவு அங்கே, சொன்னேனே, தூறல்.

தமிழ் அதிர்ச்சி

மொழி அதிர்ச்சி வேற்று மொழியில்தான் இருக்க வேண்டும் என்று இல்லை.

சகலமானதையும் கம்ப்யூட்டரிலேயே எழுதி எழுதிப் பழக்கமாகிப் போய், தாளும் பேனாவுமாக எழுத உட்கார்ந்தபோது ஏற்பட்ட மொழி அதிர்ச்சி.

அக்கன்னாவுக்கு மேலே ரெண்டு வட்டம் கிழே ஒரு வட்டமா அல்லது மேலே ஒரு வட்டம் கீழே ரெண்டு வட்டமா?

மணிக்கொடி காலத்துக்குப் பின் விஜயபாஸ்கரனின் ‘சரஸ்வதி’ காலமும் அதன் பிறகு சி.சு.செல்லப்பாவின் ‘எழுத்து’ காலமும் தமிழ் இலக்கியத் தடங்கள்.

செல்லப்பா எப்பொழுதும், ‘எழுத்துவில்’ என்றுதான் எழுதுவார். கேட்டால் அவருடைய பதில் -

நவரத்தினங்களில் ஒன்றான முத்தைப் பார்த்தால், முத்தைப் பார்த்தேன் என்கிறோம். முத்து என்ற பெயர் உடைய ஒருவரைச் சந்தித்ததைக் குறிப்பிடும்போது ‘முத்துவைப் பார்த்தேன்’ என்கிறோம். அதுபோல்தான், ‘எழுத்துவில்.’

அவர் ‘இதற்கும்’, ‘அதற்கும்’ என்பவற்றை ‘இதுக்கும்’, ‘அதுக்கும்’ என்று கையாண்டது என்னையும் பிடித்துக்கொண்டது.

இதுவும் அதுவும் உதவும்

என்னைப் பிடித்துக்கொண்ட இன்னொரு சொல்லாட்சி - 'அவன்கள்'. படர்க்கை - பன்மை - ஆண்பால். ஒரு கும்பல். 'அவர்களை' என்று எழுதினால் மரியாதை கொடுத்தமாதிரி ஆகிறது. ஆகவே 'அவன்கள்'.

'பண்ணு' என்ற பிரயோகம் நான் வளர்ந்த சூழலிலும் இல்லை. எழுத்திலும் இல்லை. 'செய்' தான் எப்போதும் (எப்பவும்). அதே போல், 'மெல்ல' தான். 'மெள்ள' என்று எழுதினால் ஏதோ கடமுடவென்கிறது.

அரவான்

அவை நிறைவாக நடந்த அரவான் இசை வெளியீட்டு விழாவுக்கு மூன்று மணி நேரம் முன்னதாகவே போய் அண்ணா நூலகத்தில் இதையும் அதையும் படித்துக்கொண்டிருந்தேன். கலைஞரின் பெயரைக் காலாகாலத்துக்கும் சொல்ல புது அசெம்பிளி கட்டிடம் வேண்டாம். இந்த நூலகம் போதும்.

நாடி வந்து வரவேற்ற பட இயக்குநர் வசந்தபாலனின் வரவேற்பு இதம். பத்து வருடம் முன் கதை சொல்ல வீட்டுக்கு வந்த முகம் இன்றும் அதே அடக்கமும் ஆர்வமும் நட்புமாக.

ராமகிருஷ்ணனோடும் ஜெயமோகனோடும் பேசிக் கொண்டிருந்தபோது (முக்கியமாக ராமகிருஷ்ணனின் 'யாவரும்' சொல்லாட்சி பற்றி) வ.பாலனும் கலந்துகொண்டார். அவர் விருப்பப்படி நால்வரும் சம்பிரதாயமான புகைப்படத்தில் உறைந்தோம்.

பாட்டுக்களையும் முன்னோட்டத்தையும் பார்க்கும்போது பதினெட்டாம் நூற்றாண்டை கிட்டத்தட்ட சரியாக வ.பா படத்தில் கொண்டு வந்திருக்கிறார் என்று தோன்றுகிறது.

தமிழில் முக்கியமான micro-history படம் இதுவாக இருக்கலாம். பாரதிராஜா அழகாக ஆரம்பித்து திசைமாறிப் போன 'நாடோடித்

தென்றல்' (19ம் நூற்றாண்டு) போலவோ, வரலாற்று அபத்தங்கள் நிறைந்த 'மதராஸப் பட்டினம்' (20-ம் நூற்றாண்டு 1947 வரை) போலவோ அரவான் சறுக்கியிருக்க மாட்டான்.

ஒரு ஆம்னி பஸ் லோடு அளவு நபர்களை மேடையேற்றி ரெண்டே ரெண்டு வார்த்தை பேசச் சொல்வதை விட, படத்தோடு தொடர்புடைய நாலு பேர், வாழ்த்த நாலு பேர் போதுமே.

சில கவனிப்புகள்:

ஏ.ஆர். ரஹ்மான் மொழிநடை மாறியிருக்கிறது. ரெண்டு நிமிஷப் பேச்சில் நிறைய 'வந்துண்டு இருந்தேன்', 'பார்த்துண்டு இருந்தேன்'.

எஸ்.ராமகிருஷ்ணன் கேன்ஸில் சர்வதேசப் பரிசு இந்தப் படம் பெறும் என்றார். அவர் கேனைச் சொன்னார் என்று நினைக்கிறேன்.

Cannes என்று எழுதி *Kan* என்று உச்சரிக்கப்படும் பிரஞ்சு ஊர்ப்பெயர் அது.

நிகழ்ச்சித் தொகுப்பாளர் வெண்ணிலா இலக்கியப் பரிச்சயம் உள்ளவர் என்று தெரிந்தது. சேக்ஸ்பியரின் கிளியோபாட்ராவை பாஸ்டஸ் என்ற கவிஞர் பாடலில் வடித்த வரிகளைப் போகிற போக்கில் குறிப்பிட்டார். அவர் கிறிஸ்டஃபர் மார்லோ, *'Helen of Troy'* பற்றி எழுதிய *Doctor Faustus* கவிதையைக் குறிப்பிட்டிருக்கக் கூடும்.

இன்னொரு தொகுப்பாளர் இயக்குநர் மனோபாலா சிறு பொறி தீயாவது போல் ஒரு வார்த்தைச் சிந்தனை இரண்டு மணி நேரப் படமாகிறது என்பதெல்லாம் சரிதான். உதாரணத்துக்கு பாரதிராஜாவின் 'கிழக்கே போகும் ரயில்' பிறக்கக் காரணம் 'அம்பட்டன் மகன் கவிஞன்' என்ற ஒன்லைனர் என்றபோது நெருடலாக இருந்தது. நாவிதர் என்ற தொழில் கௌரவத்தோடு கூடிய சொல் உண்டே.

கலங்கிய நதி

வேற்றுமொழிப் படைப்புகளுக்கு அறிமுகமும் விமர்சனமும் எழுதுவது எளிது. யாரையும் புருவத்தை உயர்த்த வைக்காமல், 'This rambling novel by a defrocked gay French black priest about the intimacy of a bisexual revolutionary with his wife's lover who happens to be the mistress of the Spanish dictator and his lust for Achilles, the Greek warrior revived from the pages of an ancient text, is more in the Latin Americal genre of...' என்று ஆரம்பித்து இதெல்லாம் சகஜம்பா தோரணையோடு எழுதிக் கொண்டு போகலாம். 'அம்மா இன்னிக்கு செத்துப் போனாள். இல்லே அது நேற்றா?' என்று ஆல்பர்ட் காமு எழுதிய 'அந்நியன்' கதைத் தொடக்கம் எத்தனை கட்டுரைகளுக்கு மூல ஊற்று!

தமிழ், ஆங்கில எழுத்தாளர் பி.ஏ.கிருஷ்ணனின் இரண்டாவது ஆங்கில நாவல் '*The muddy river*'. இதில் அங்கி இழந்த பாதிரிகளோ, இருவழிப் புரட்சிக்காரர்களோ, கிரேக்கத்து ஹெலனோ எட்டிப் பார்க்கவில்லை. தில்லி, அசாம், உல்பா, தீவிரவாதிகளால் கடத்தப்படும் அரசாங்க இன்ஜினியர்கள், சாவு, காதல், காமம், மின்சார டிரான்ஸ்பார்மர்கள், அவற்றை நிறுவுவதில் ஊழல், தமிழும், பெங்காலியும், அசாமியர்களுமான கதாபாத்திரங்கள் - பலதும் நாவலில் உண்டு.

அப்புறம் கம்பீரமான நடை. நிமிர்ந்து உட்கார்ந்து கவனமாக வாசித்து அனுபவிக்க வேண்டிய, சாய்வு நாற்காலிகளுக்கு சரிப்படாத புத்தகம் இது. இதுவும் வேற்றுமொழி நாவலில் எதிர்பார்க்கக் கூடியதுதான்.

நாவலாசிரியர் சொல்லும் கதையே நாவல் பாத்திரம் எழுதும் 'கதைக்குள் இன்னொரு கதை'யாக விரிவது நாவலை சுவாரசியமாக்குகிறது. புதினமும், கதைக்குள் கதையும் இணங்கியும் பிணங்கியும் இறுதிவரை நடப்பது பி.ஏ.கேயின் *Tiger Claw Tree* (புலிநகக் கொன்றை) தொடங்கிப் பரிச்சயமான நறுக்குத் தெறித்தாற்போன்ற அற்புதமான ஆங்கில நடையில். வாழ்வின் அசாதாரணமான முரண்களையும் அவற்றின் அங்கதத்தையும் போகிற போக்கில் விவரித்துப் போகிற நேர்த்தியை *The Muddy River*-லும் காணலாம். ஆனால் இந்த இரண்டு நாவல்களும் வெவ்வேறு வகை.

நாவலின் கதைச் சுருக்கம் இப்படிப் போகிறது

மத்திய அரசு அதிகாரி ரமேஷ் சந்திரன். தில்லியின் பாதுகாப்பான சர்க்கார் ஆபீஸ், கோப்பு, குறிப்பு, செக்ரட்டரி, அமைச்சர் இத்யாதி நடமாடும் தெய்வங்களோடு ஒட்டியும் வெட்டியும் உறவாடுவது, மற்றபடிக்கு சுவாசிப்பது, பிரியமான மனைவி சுகன்யாவோடு சுகிப்பது என்று நகர்கிற வாழ்க்கை சமீபத்தில் ஒரே மகளான குழந்தை பிரியாவை மஞ்சள் காமாலையில் பறிகொடுத்ததும் அலைக்கழிய ஆரம்பிக்கிறது. போதாக்குறைக்கு ஆபீஸில் வேறே அல்பமான மேலதிகாரி, கேண்டீன் டீ சூடு ஆறிப்போய் வாயில் வைக்க வழங்கவில்லை என்பதற்காக கேண்டீனையும் நிர்வகிக்கும் ரமேஷோடு மோதுகிறார். டீ தயாரிப்பது, அதன் வெப்பநிலை, மேலதிகாரி அறையில் வெப்பநிலை, அவர் டீ குடிக்காமல் கோப்பையை வைத்திருப்பதால் எத்தனை நிமிடம் ஆறாமல் இருக்கும் இன்னோரன்ன நுணுக்கமான விவரணைகளோடு அவரைச் சீண்டி ரமேஷ் ஆபீஸ் நோட் போட, அந்தாளுக்கு பனிஷ்மெண்ட் போஸ்டிங்க். அசாம் சலோ. அசாமில் அரசாங்க மின் உற்பத்தி கார்ப்பரேஷனுக்கு அதிரடி பணிமாற்றம். அங்கே இருந்து போனமாதம்தான் சீனியர் இன்ஜினீயர் ஒருத்தரை தீவிரவாதிகள் கடத்திப் போய் 4 கோடி ரூபாய் பிணைத்தொகை கேட்கிறார்கள். அசாமில்

தீவிரவாதிகளோடும், சாதாரணர்களோடும், அதிகார வர்க்கத்தின் இதர தூண், தூசி துப்பட்டைகளோடும், காண்ட்ராக்டர்களோடும் ரமேஷுக்கு ஏற்படும் அனுபவங்கள் நாவலாக விரிகின்றன. இந்த அனுபவங்களை (அல்லது இவற்றை அடிப்படையாக வைத்து, நிகழ்ந்த அனுபவங்களை, நிகழாத கற்பனைச் சம்பவங்களை) ரமேஷ் தன் முதல் நாவலாக எழுதுகிறான். அவன் மனைவி சுகன்யா அந்த நாவல் உருவாக உருவாக தன்னையும், ரமேஷையும் அதில் வேறு மனிதர்களாக உணர்ந்து ரசிப்பதோடு, ரமேஷின் நாவலில் கதாபாத்திரங்களான அவனுடைய இரண்டு நண்பர்களுக்கும் அத்தியாயங்களின் பிரதிகளை மின்னஞ்சலில் அனுப்புகிறாள். சுகன்யாவும், இந்த நண்பர்களும் எழுதிக்கொள்ளும் கடிதங்கள் *The Muddy River* நாவல் வெளியில் நடக்க, பெரும்பாலான கதை நிகழ்வு ரமேஷ் சந்திரன் எழுதும் நாவலுக்குள் நடக்கிறது. அந்த 'நிகழ்வில்' எத்தனை சதவிகிதம் உண்மை, எது ரமேஷின் கற்பனை என்று கடிதங்கள் தகவல் பகிர்ந்துகொள்கின்றன.

புரியலை என்று யாராவது கையை உயர்த்தினால், நம்ம பதில் - படிச்சுப் பாருங்க ப்ளீஸ். தானே புரியும்.

இந்தக் கட்டுமானத்தில் பிஏகே உயர்த்தியிருக்கும் புதினம் ஒரு வினாடி ரோலர் கோஸ்டர் பயணமாக (அல்லது பொருட்காட்சியில் ராட்சத ராட்டினத்தில் தலை கிறுகிறுக்கச் சுற்றுவது) விரைகிறது. மறுவினாடி கலீடாஸ்கோப் காட்சிகளாக விளையாட்டுக் காட்டுகிறது. தொடர்ந்து மார்ஃபீன் கனவுகளாக ஒன்றின் மீது ஒன்றாக முன்னது முற்றும் அழியும்முன் படிந்து அலாதியான அமைப்பை *(palympset)* உருவாக்குகின்றது. இவற்றோடு, இலக்கு நிர்ணயிக்கப்பட்டு கதையும் முன்னேறுகிறது. மரங்களும், பறவைகளும், காந்தியுமாக ஆரம்பமாகும் ரமேஷின் 'நாவலுக்குள் நாவல்', அதேபோல் முடிவடைவது பிஏகேயின் புனைகதை ஒழுங்கமைதி பற்றிய அக்கறையைக் காட்டக் கூடும் என்று சொன்னால் அவருக்கு விமர்சனம் இருக்குமோ?

ஆபீஸ் மேஜையில் நக்னமாக, குறி விறைத்து நிற்க தலைகீழாக சிரசாசனம் செய்யும் அரசு அதிகாரி, கடத்தல்காரர்களைச் சந்திக்கப் போகும் இடத்தில் இரண்டு பெண்கள் டேப் ரிக்கார்டர் கொண்டு வந்து ரமேஷ் கேட்டு அனுபவிக்க வைக்கிற அசாம் நாட்டுப்புற இசை, பறவைகள் தற்கொலை செய்துகொள்ளும்

நிலப்பரப்பு, குடிப் பழக்கத்திலிருந்து பக்தரை விடுவிக்க, காணிக்கை வைக்கிற இனிப்பில் ரோமத்தை ஒட்டித் தரும் யோகி (எங்கே இருந்து பிடுங்கிய முடி என்று நாவலைப் படித்துத் தெரிந்து கொள்ளவும்), தில்லி துர்க்மான் கேட்டில் சந்தோஷமாகப் பேசியபடி மாதுளம்பழம் விற்று, அடுத்த நிமிடத்தில் குடல் சரியக் குத்தப்பட்டு இறக்கும் இளைஞன், பாங்க் குடித்துவிட்டு ப்ளாஸ்டிக் அரவம் பூண்டு ஆவேசமாகத் தாண்டவ நிருத்தம் புரியும் பருமனான சிவன் வேஷ நடிகர், நண்பர்களின் சாவுக்கு அட்டெண்டென்ஸ் கொடுப்பதற்காகவே சொந்த ஊரான திருநெல்வேலியில் விடாப்பிடியாகத் தங்கி இருந்து, ராத்திரி ஏழு மணிக்கு உறங்கப் போகும் தொண்ணூறு கடந்த முதியவர்கள், இன்டர்நெட் மூலம் 'கம்பெனி கொடுக்க' வரும் பெண், போலீசாரால் ஆசனவாயில் எதேதோ நுழைக்கப்பட்டு சித்திரவதைப்படுத்தப்பட்ட, (லெனினை வண்டையாகத் திட்டும்) மார்க்சிஸ்ட், பழைய புள்ளிவிவரங்களால் வசீகரிக்கப்படும் வயதான சோஷலிஸ்ட்கள், ரவீந்த்ரநாத் தாகூரின் சிதை எரிந்து அடங்கும் முன்பே, கால் கட்டை விரலையும் எலும்புகளையும் நினைவுச் சின்னங்களாகப் பறித்து எடுத்து ஓடும் வங்காளிகள், இன்கிரிட் பெர்க்மென் படங்களை நுணுக்கமாக ரசிக்கிற மற்றபடி எளிய ரசனையுள்ள காண்ட்ராக்டர் இப்படிக் குறிப்பிடப்படுவதும், பாத்திரங்களும், பங்குபெறும் சூழலும் நாவல் முழுக்க வருவதைக் காண்கிறோம்.

கதைக்குள் கதை அமைப்பு நாவலாசிரியருக்கு ஒரு தனி புஜபலத்தை அல்லது ஒன்அப்-மேன்ஷிப்பைக் கொடுக்கிறது என்பது உண்மை. படிக்கும் வாசகனுக்கோ, விமர்சகனுக்கோ ஏதானும் விமர்சனம் எழுந்தால், அது என்னவாக இருக்கும் என்று அனுமானம் செய்யப்பட்டு, நாவலின் கடிதப் போக்குவரத்து வெளியில் உடனே குறிப்பிடப்பட்டுவிடுகிறது. மின்சார டிரான்ஸ்பார்மர்களை நிறுவுதல் குறித்து நுணுக்கமாகத் தொழில் நுட்பத் தகவல்களை இவ்வளவு தரவேண்டுமா என்று நான் யோசித்தபடி வாசித்துப் போக, ரமேஷின் நண்பர் சுகன்யாவுக்கு எழுதிய கடிதத்தில் இதையே குறிப்பிடுகிறார் என்பது இதற்கு ஓர் உதாரணம். காண்ட்ராக்ட் ஊழல்கள் பற்றிய கதையாடலைப் புரிந்துகொள்ள அந்தத் தகவல் அவசியம் என்று பின்னால் புரிந்தது.

இப்படியான பதில் சொல்ல முடியாத ஒரு கேள்வியை பிஏகேயிடம் கேட்டேன் நாவல் ஏன் பெரும்பான்மையான பக்கங்களில் டைப் ரைட்டரில் தட்டச்சு செய்தது போன்ற எழுத்துருவில் அச்சாகி இருக்கிறது? ரமேஷ் சந்திரனின் நாவல் *manuscript* பக்கங்கள் டைப் செய்யப்பட்டவை என்பதால் *The Muddy River* நாவலிலும் அவை அதேபடியான அச்செழுத்துக்களில் வருவது பொருத்தமாக இருக்கும் என்று காப்பி எடிட்டருடன் விவாதித்து முடிவு செய்ததாகச் சொன்னார். பாக்கியவான். நான் என் புத்தகங்களின் காப்பி எடிட்டர் யாரென்று அச்சடித்து வெளிவந்த புத்தகத்தைப் புரட்டித்தான் தெரிந்துகொள்கிறேன். எல்லா தமிழ் எழுத்தாளர்களும் இதேபடிதான் இருக்கிறார்கள்.

லார்க்கின், பார்ஸ்டர், எட்வர்ட் டயர், எஸ்ரா பவுண்ட், தாமஸ் ஹார்டி, ஆந்தணி பர்ஜஸ், ஜான் பெட்ஜமென் என்று எல்லா நூற்றாண்டுகளிலும் இருந்து ஐரோப்பிய எழுத்தாளர்கள், கவிஞர்கள், காந்தி, மேலும் காந்தி. ரமேஷ் மூலமும் மற்ற பாத்திரங்கள் மூலமும் இவர்கள் சொன்னதையும் எழுதியதையும், அங்கங்கே ஒரு வாக்கியம் இரு வாக்கிய மேற்கோள்களாகக் காட்டியபடியே கதையை நகர்த்திப் போகிறார். பிரஞ்சுப் புரட்சி போன்ற சரித்திர நிகழ்வுகள் பரிச்சயமானவர்களாக ஆங்கில இலக்கிய வாசகர்களை அனுமானம் செய்துகொள்ளலாம் என்பதால் ரோபஸ்பியர் பற்றிய குறிப்பும் அதே போன்ற மற்ற சரித்திர, மார்க் ஷகாலின் ஐரோப்பிய ஓவியம், ஜ்யோதீந்த்ரநாத் தாகூரின் இந்திய ஓவியம், தில்லி வில்லியம் கிரசெண்டில் தண்டி யாத்திரை சிற்பம் பற்றிய குறிப்புகளும் உறுத்தாமல் கதையில் பொதிந்துள்ளன. பிஏகே என்ற கிரிக்கெட் ரசிகரையும் நாவலில் இனம் காணலாம். சுகன்யாவை, ப்ராட்மென் வெளுத்து வாங்கிய தாத்தா கால கிரிக்கெட்டின் ரசிகை ஆக்கியிருப்பது உதாரணம்.

முன்னாள் மார்க்சிஸ்ட்கள் பலரும் பிரிட்டீஷ் 'ஆராதகர்கள்' *(anglophile)* என்பதை அனுபவபூர்வமாக உணர்ந்திருப்பதால் ரமேஷுக்குப் பிடித்த பிபிசி பேட்டியாளர் டிம் செபாஸ்டியனை எனக்கும் பிடிக்கிறது. ரமேஷ் போல், ஸ்காட்டிஷ் பின் ஸ்ட்ரைப் சூட் தான் நானும் விரும்பி அணிவது. பிஏகேயும் இன்னொரு ஆங்கிலோஃபைல் ஆக இருக்கக் கூடும்.

நாவலைப் படிக்கும்போது, பிஏகேயோடு (அல்லது ரமேஷ்

சந்திரனோடு) நான் உடன்படுகிற இன்னொரு விஷயம் உடல் வாடை பற்றிய எழுத்து. 'காமத்தில் கொஞ்சம் நாற்றமும் கலந்து இருந்தால்தான் சுவாரசியமாக இருக்கும்' என்பார் வைக்கம் முகம்மது பஷீர். பிஏகேயும் பஷீர் ரசிகரோ என்னமோ.

கடத்தப்பட்ட இன்ஜினீயர் கோஷின் மனைவி நந்திதாவால் ஈர்க்கப்படுகிற ரமேஷ் சொல்கிறான்

Her smell, part feral and part fruity, is heady. (புனுகு வாடையும் பழவாசனையும் கலந்த, கிறுகிறுக்க வைக்கும் உடம்பு நெடி)

அசாமில் கூட வேலை பார்க்கும் அனுபமா பற்றி - இவள் மேலும் மோக வசப்படுகிறான்.

Anpuama is sweating. The aroma is bewitching. As we cross the timber shop crunching shavings of wood underfoot, the resinous aroma of timber snuffs Anupama's. *(புதிதாகச் சீவிய மரத் தூளின் வாசத்தோடு கலந்துவரும் வியர்த்த பெண் உடல் வாடை).*

நாவலின் முக்கியமான பாத்திரங்கள் ரமேஷும் மனைவி சுகன்யாவும். படித்த உயர் நடுத்தர வர்க்கம். தம்பதிகள் என்றாலும் ஒவ்வொருவரின் *individual space*-ஐ மதிப்பவர்கள். அங்கு அத்துமீறல் ஏற்படுத்தக் கூடாது என்ற கண்ணியம் நிறைந்தவர்கள். என்றாலும் அவ்வப்போது ஆக்கிரமிப்புக்கான ஆயத்தம் நடப்பதும் உண்டுதான். மனிதர்கள் ஆயிற்றே. எப்போதும் ஒரே மாதிரியாக இயங்க முடியுமா? போதாக்குறைக்கு ரமேஷுக்கு காப்பி டிகாஷன் கூட சரியான பதத்தில் இறக்க வராது. சுகன்யா நல்ல காப்பி தயாரித்துக் கொடுப்பது அத்துமீறல் என்றால் ரமேஷும் நானும் கவலைப்படப்போவதில்லை.

ரமேஷ் தன் நாவலில் சொல்லுவது இது -

In grief, Sukanya was tyrannous. She did things, she knew, I abhorred. She brought home manicured, diamond-studded astrologers. She played ghazals played by effeminate, moonstruck morons. She expected these everyday nothings to work on my temper.

பி.ஏ.கேயின் வசீகரமான ஆங்கில நடைக்கு ஒரு சிறு எடுத்துக்காட்டு

The climb to Bedni Bugyal was steep and cypress and spruce quickly gave way to dwarfed rhododendron. We passed the tree line and were entering the moss and lichen zone when the weather was seized by a demon. The wind became a whirling dervish. Presently the rain froze and came down in an unremitting fusillade of pellets.

அகப்பயணமாக, வெட்டி விசாரத்தில் ஈடுபடுவதே இலக்கியத் தரம் வாய்ந்த நாவல் என்று திடமாக நிறுவப்பட்டுக்கொண்டிருக்கிற தமிழ்ச் சூழலில், நாவலின், சிறுகதையின் எழுதி வைத்த முகத்தை மாற்ற முயன்றுகொண்டிருக்கும் வெகு சிலருக்கு இம்மாதிரி நாவல்கள் உற்சாகம் அளிப்பவை. நான் மகிழ்ச்சியில் மிதக்கிறேன்.

சொல்ல மறந்துவிட்டேனே, நாவல் தமிழில் பிஏகேயால் மொழிபெயர்க்கப்பட்டுள்ளது. மின்பிரதியைப் படிக்க வாய்ப்பு கிடைத்தது. தமிழில் பெயர் 'கலங்கிய நதி'. அது அச்சுக்கு வரும்முன் அறிமுகப்படுத்துவதையும் பொதுப் பகிர்வில் கருத்துத் தெரிவிப்பதையும் தவிர்க்கலாம் என்று நினைக்கிறேன். ஆங்கில மூலம், தமிழில் மிக இசைந்த மொழியாக்கமாகி இருப்பதை மட்டும் சொல்ல எந்தத் தடையும் இல்லை.

நாரோல் வந்த நோவா

*க*மல்ஹாசன் அலுவலகத்தில் அவரோடும், திரைக்கதை ஆசிரியர் அதுல் திவாரியோடும் (த்ரோகால், தசாவதார் இந்தி வசனம்) காஞ்ச் இலையாவின் புத்தகம் பற்றிப் படப்பிடிப்புக்கு நடுவே பேசிக்கொண்டிருந்தேன், மேசையில் ஆ.சிவசுப்பிரமணியன் எழுதிய 'கிறிஸ்துவமும் தமிழ்ச் சூழலும்' தட்டுப்பட்டது. ஆராய்ச்சி அறிஞர் நா.வானமாமலையின் மாணவர். படிக்க சுவாரசியமான புத்தகம்.

புத்தகத்தில் இருந்து -

தமிழில் நாட்டார் விவிலியம் (Appocripha) உண்டு. விவிலியத்தில் இல்லாத, உள்ளூர்ச் சூழ்நிலை சார்ந்த நிகழ்வுகள். நோவா பிரளய நேரத்தில் கப்பல் கட்டும் பகுதி, கன்யாகுமரி மாவட்ட நாட்டார் பாடலில் சொல்லப்படுகிறது -

> ஆனைக்கு ஒரு கூடு செய்யடா - இப்போ
> அய்யப்பன் ஆசாரி நீயடா,
> பூனைக்கு ஒரு முறி செய்யடா - நீ
> பூச்சாண்டி முறையைக் காட்டாதேடா
> நரிக்கும் கீரிக்கும் கூடு - நாராயணா நீ செய்யடா
> ஓரிக்கொரு கூடு செய்ய ஓச்சன் ஆசாரி போதுமே
> கழுதைக்குக் கூடுவேறே வேணுமே
> காசி செய்து வைத்தால் போதுமே

அண்டி ஆசாரியும் அறுத்துத் தள்ளுறான்
அண்டிக் கண்ணன் பப்பு எடுத்துச் சீவுறான்
நொண்டி ஆசாரியும் கணக்குப் பார்க்கிறான்
கோரச் சாமியும் நெட்ட முளக்கோலை வைத்து வரையறான்

இப்பகுதிகள் குமரி மாவட்டச் சூழலில் நோவாவின் கப்பல் - பேழை உருவாகிற உணர்வை கச்சிதமாக ஏற்படுத்தும். மொழியாக்கம் நம் முன்னோர்களுக்குச் சுலபமாகக் கைவந்த சமாசாரம். வார்த்தைக்கு வார்த்தை முனைந்து செய்யப்படும் அதிரடி மொழிபெயர்ப்புகளுக்காக அவர்கள் மெனக்கெடவில்லை.

சர்தார் சாஹப்

பிரசாந்த் பூஷனை உச்ச நீதிமன்ற வளாகத்தில் ராமசேனைக் காரர்கள் அடித்து உதைத்திருக்கிறார்கள். அவருடைய காஷ்மீர் பற்றிய நிலைப்பாடு பிடிக்காமல் செய்ததாகச் சொல்கிறார்கள். இதுதான் செய்தி. பத்திரிகை இணையதளங்களில் ஆசிரியருக்குக் கடிதம் எழுதுகிற பலர் (அல்லது வெவ்வேறு பெயர்களில் சிலர்) அவரவருக்கு சௌகரியமான ஆங்கிலத்தில் இதுகுறித்து எழுதித் தள்ளுவதின் சாராம்சம் -

--- மன்மோகன் சிங் சர்க்கார்தான் மறைமுகமாக இவர்களைத் தூண்டிவிட்டு இப்படிச் செயல்பட வைக்கிறது. ராம சேனை என்ற பெயர்? அது ஏமாற்றத்தான். -------

போகிற போக்கில் சகலமான பழியும் சர்தார் சாகேப் மேல் விழ வாய்ப்பு உண்டு.

'என்னய்யா சோர்வா வர்ரே?'

'ராத்திரியிலே இருந்து வயத்துக் கடுப்பு.'

'தண்ணியைக் காய்ச்சிக் குடிச்சியா?'

'மெட்ரோ வாட்டர்... காய்ச்சினாலும் குடிக்க என்னமோ போல இருக்கு.'

'சரியா சுத்தப்படுத்தியிருக்கமாட்டாங்க. மாநில அரசு கிட்டே நிதி எங்கே இருக்கு? கஜானா காலி செஞ்சு வச்சுட்டுத்தானே கலைஞர் போயிருக்காரு.'

'அவராவா செஞ்சாரு? எல்லாம் அந்த வெள்ளைக்காரம்மா மன்மோகன் சிங் கிட்டே சொல்லி அவர் பிரணாப்கிட்டே சொல்லி...'

'இந்த ஆட்சி ஒழிஞ்சாத்தான்யா நிம்மதி...'

எல்லாப் பழியும் எம்.எம்.எஸ் மேலே என்பது எழுதப்படாத தலப்பா விதி.

வீணை பாலசந்தரின் பொம்மை

எஸ்.பாலசந்தரின் 'பொம்மை' படம் பார்க்க சந்தர்ப்பம் கிடைத்தது.

வித்தியாசமான திரைப்படங்கள் அங்கே ஒன்று இங்கே ஒன்று என்று தலைகாட்டும் 2011-ல் இந்தப் படத்தை எடுக்க முடியும். 1964-ல் யோசிக்கவே துணிச்சல் வேண்டும். கதாநாயகன், நாயகி என்ற சம்பிரதாயத்தை உடைத்து ஹாலிவுட் பாணி கதை. எழுதி நடித்து, இசையமைத்து இயக்கியவர் வீணை எஸ். பாலசந்தர்.

வி.எஸ்.ராகவன் இளமையாக, தலையை ஆட்டி ஆட்டிப் பேசுவது கம்மியாக மெயின் வில்லனாக வருகிறார். இப்போது எல்லோரும் மறந்துவிட்ட நகைச்சுவை நடிகர் + மிமிக்ரி கலைஞர் சதன் படம் முழுக்க கலகலக்க வைக்கிறார். பழைய படங்களில் எருமை மாட்டின் மீது கோவணமும் அப்பளக் குடுமியுமாக ஆரோகணித்து ஊர்வலம் போவது இவர் டிரேட்மார்க் ஆக்ஷன் - இந்தப் படத்தில் இல்லை. 'போனால் போகட்டும் போடா' பாட்டில் குலை நடுங்க வைக்கும் கோட்டான், கழுகு குரலெல்லாம் இவருடையதுதான். அதுவும் எஸ்.பாலசந்தருக்குத் தேவைப்படவில்லை.

சி.எஸ்.தேசிகன் என்பதுதான் தயிர்வடை தேசிகனின் முழுப் பெயர் என்று இந்தப் படம் பார்த்துத்தான் தெரிந்தது. வியாசருக்கு மகாபாரதம் எழுத பிள்ளையார் *scribe* ஆக இருந்தது போல் எழுத்தாளர் சாண்டில்யனுக்கு தயிர்வடை தேசிகன்தான்

scribe என்று எத்தனை பேருக்குத் தெரியும்? யவனராணியிலும் கடல்புறாவிலும் ரசஞ்சொட்டும் வர்ணனைகள் தேசிகனின் பேனாவிலிருந்து வந்தவையாக்கும்.

60-களின் சென்னை விமான நிலையம் வேலைக்கு ஆள் வராத கவர்மெண்ட் ஆபீஸ் போல் வெறிச்சிடுகிறது. சர்வ சாதாரணமாக சகலரும் உள்ளே புகுந்து புறப்படுகிறார்கள்.

ஆட்டோ என்ற வாகனமே இல்லாத சென்னையா 1964-ல்? டாக்சிகள்தான் படம் முழுக்க நெரிசல் இல்லாத வீதிகளில் உருள்கின்றன.

படத்தில் டைட்டில் கார்டுகளே கிடையாது. படம் முடிந்து பாலசந்தர் நடிகர்களையும் தொழில்நுட்பக் கலைஞர்களையும் திரையில் அறிமுகப்படுத்தி வைக்கிறார்.

நடிகர்கள் அறிமுகத்தில் கடைசியாக நாலு பேர் - துணைப் பாத்திரங்களில் நடித்தவர்கள். அதில் தாட்டியாக, முன்வழுக்கையோடு நிற்பவர் பெயர் 'கணபதி பட்' என்று சொல்லப்படுகிறது. எம்.ஜி.ஆரின் மனைவி வி.என்.ஜானகியின் முதல் கணவர்!

பாடகர்கள் மூன்று பேரில் முதலில் அறிமுகம் வீரமணி (ஐயப்பன் வீரமணிதான்). கெச்சலாக உயரமாக ஓரத்தில் நிற்கும் இளைஞர் கைகூப்பி - ஏசுதாஸ்.

ஆப்பிள்காரர்

வாழ்க்கை வரலாறுகள் படிக்க சுவாரசியமானவை அவற்றில் மெயின் கதாபாத்திரமாக வருகிறவர்களுக்கு.

சுயசரிதம் இன்னும் விசேஷமானது. உயிரோடு இருக்கும்போதே கடியாரத்தின் முள்ளைப் பின்னால் நகர்த்தி, பழைய காலண்டரை சுவரில் ஆணியடித்து மாட்டி, ஏற்கனவே நடந்ததை எல்லாம், இப்படி நடந்திருந்தால் நன்றாக இருக்குமே என்று நாம் நினைக்கிறபடி மாற்றி அமைப்பது.

இங்கே ஒரு காந்தி, அங்கே ஒரு லூயி பாஸ்டர் இப்படி விரல் விட்டு எண்ணக்கூடியவர்களின் நேர்மையான சுய வரலாறுகளின் எண்ணிக்கை, வாழ்க்கை வரலாற்று புத்தகங்களை ஒட்டுமொத்தமாகக் கணக்கெடுத்தால் ஒரு டசன் தேறும்.

சுயசரிதையில் சுய கற்பனை கலந்தால் சம்பந்தப்பட்டவரின் மனசாட்சி வேண்டுமானால் உறுத்தும். பாட்டுடைத் தலைவன் சொல்லச் சொல்ல, அடுத்தாற்போல் உட்கார்ந்து கேட்டு புளகாங்கிதம் அடைந்து பயாகிரபி எழுதும்போது அந்த உறுத்தலுக்கெல்லாம் இடமில்லை. நீளமான மெய்யைக் கொஞ்சம் வளைத்துச் சுற்றி வளையம் வளையமாக அழகுபடுத்தி அளிப்பது எழுதுகிறவரின் எழுத்துத் திறமைக்கு சவால். இந்த மாதிரி - இவருடைய சொந்த மாமா மரண தண்டனை பெற்று ஜெயிலில்

அடைபட்டு எலக்ட்ரிக் நாற்காலியில் சேர்த்துக் கட்டி வைத்து மின்சார ஷாக் கொடுத்துக் கொல்லப்பட்டார்.

இதை வாழ்க்கை வரலாற்றில் எழுதும்போது அந்த மாமாவை கௌரவமானவராக்கிவிடலாம் -

His maternal uncle occupied a honarary chair of applied electronics in a premier Governmental institution and died in harness.

1940-ம் ஆண்டு செப்டம்பர் திங்கள் 20-ந் தேதி அவனியாபுரம் கிழக்கில் காலை ஏழு மணிக்குப் பிறந்தார் என்று சாங்கோபாங்கமாக ஆரம்பிக்கும் கெட்டி அட்டை போட்ட வாழ்க்கை வரலாறு கையில் கிடைத்தால், புத்தகத்தின் கடைசிப் பக்கத்தைப் படித்து இன்னும் இருக்காரா என்று உறுதிசெய்துகொண்டு திரும்ப புத்தகக் கடை அலமாரியிலோ நூலக மேஜையிலோ வைத்துவிடுவது வழக்கம்.

இப்படியான எளிதாக உடைக்க முடியாத, சரி இங்கிலீஷிலேயே சொல்லிவிடலாம், *tough nut to crack* ஆசாமிகளையும் உட்கார்ந்து படிக்க வைக்கிற ஒரு வாழ்க்கை வரலாறு சமீபத்தில் காலம் சென்ற ஆப்பிள் கம்ப்யூட்டர் கம்பெனி நிறுவனர் ஸ்டீவ் ஜாப்ஸ் பற்றியது. டைம்ஸ் பத்திரிகை மற்றும் சி.என்.என். டெலிவிஷனில் தலைமை நிர்வாக அதிகாரியாக இருந்த, வாழ்க்கை வரலாறு எழுதியே பிரபலமான வால்டர் ஐசக்சன் எழுதியது.

ஈர்ப்புக்கு ஒரு காரணம் கோடிக் கணக்கில் உலகம் முழுவதும் விற்கும் நம்பர் ஒன் ஆப்பிள் லேப் டாப் கம்ப்யூட்டர், ஆயிரம் பாட்டுக்களையும் அதற்கு மேலும் சேர்த்து வைத்துக் கேட்க வழிசெய்யும் கைக்கடக்கமான ஐபாட், பேசவும் பாட்டுக் கேட்கவும் இன்னும் கம்ப்யூட்டரோடு உறவாடவுமான சேவைகள் கொண்ட ஐபாட், புத்தகம் படிக்க, சினிமா பார்க்க, கையில் சுமந்து திரிய இறகு மாதிரி லேசான ஐபாட். இப்படியான சாதனங்கள் மூலம் ஒரு சின்ன சைஸ் எலக்ட்ரானிக் புரட்சியையே உருவாக்கிய ஆப்பிள் கம்ப்யூட்டர் கம்பெனியை ஏற்படுத்தி வளர்த்த பிரம்மா - விஷ்ணு இந்த ஸ்டீவ் ஜாப்ஸ். அடுத்த காரணம், ஸ்டீவ் ஜாப்ஸ் இப்போது உயிரோடு இல்லை. புற்றுநோயால் அக்டோபர் மாதம் காலமாகிவிட்டார் என்பது. அதைவிட முக்கியமான காரணம், தன் வாழ்க்கை முடியப்போகிறது என்று உணர்ந்துகொண்ட ஸ்டீவ்

இதுவும் அதுவும் உதவும்

ஐந்து வருடம் முன்பே வாழ்க்கை வரலாற்றைப் புத்தகமாக்க எழுத்தாளரை அணுகியிருக்கிறார் என்பது.

ஸ்டீவோடு கிட்டத்தட்ட நாற்பது நீண்ட பேட்டிகள் நேர்முகமாகவும், தொலைபேசி மூலமும். அவருடைய நண்பர்கள், உறவினர்கள், ஊழியர்கள், தொழில் முறை போட்டியாளர்கள் இப்படிப் பலரையும் கூட இந்தப் புத்தகத்துக்காகப் பேட்டி எடுத்திருக்கிறார் எழுதிய வால்டர் ஐசக்ஸன்.

ஸ்டீவ் மட்டுமில்லாமல் அவரோடு தொடர்பு கொண்டவர்களையும் சந்தித்துப் பேசியதில் இரண்டு காரியங்களை முடிக்க முடிந்திருக்கிறது. முதலாவது, ஸ்டீவ் பற்றிய அவர்களின் பார்வைக் கோணத்தையும் நினைவுத் தடங்களையும் பதிவு செய்தல். அடுத்தது இன்னும் விசேஷமானது.

ஸ்டீவ் தன் சொந்தக் கதையை, எதிர்நீச்சல் போட்டு மற்ற அமெரிக்க கம்ப்யூட்டர் கம்பெனிகளின் போட்டியைச் சமாளித்து முன்னுக்கு வந்ததை எல்லாம் சொல்லும்போது, பெரும்பாலும் நடந்தது நடந்தபடி நேர்மையோடு சொன்னார் என்றாலும், அவ்வப்போது அவருடைய 'கற்பனை நிஜத்தை'யும் (*his own version of reality*) கலந்தே சொல்லியிருக்கிறார். கூடிய மட்டும் இவற்றைப் பகுத்தறிய சம்பவங்களில் சம்பந்தப்பட்ட மற்றவர்களிடம் இத் தகவல்களைச் சரிபார்க்க வேண்டிய வேலையும் எழுத்தாளர் வால்ட்டர் ஐசக்சனுக்கு வாய்த்தது.

ஆக, முழு உண்மை, பகுதி உண்மை, முறுக்கி வேறு மாதிரி மாற்றப்பட்ட உண்மை, கற்பனையான உண்மை இப்படி உண்மையின் சகல முகங்களோடும் ஸ்டீவ் இந்தப் புத்தகத்தில் அறிமுகமாகிறார்.

ஸ்டீவ் அக்டோபர் மாதம் இறந்தபோது உலகமெங்கும் அவருடைய ஆராதகர்கள் இவர்களில் இளைய தலைமுறையே அதிகமான இடத்தைப் பிடித்தவர்கள் இன்டர்நெட்டில் அஞ்சலிக் கோபுரம் எழுப்புகிற மாதிரி 'வானத்து அமரன் வந்தான் காண், வந்தது போலே போனான் காண்' ரீதியில் உருகிக் கண்ணீர் விட்டார்கள். ஸ்டீவ் பற்றி அரசல் புரசலாகத் தெரிந்தவர்களும் அவசர அவசரமாகக் கைக்குட்டை தேடி கண்ணில் ஒற்றிக்கொண்டு இரங்கல் பா பாடிய சத்தம் ஒரு வாரம் முழுக்க நெட்டில்

கேட்ட வண்ணம் இருந்தது. ஸ்டீவ் கேட்டுக்கொண்டபடி எழுத ஆரம்பித்த இந்தப் புத்தகம், அவருடைய மரணத்தைத் தொடர்ந்து பெருகிய ஆராதகர்களை வாசகர்களாக்கக் குறிவைத்திருப்பதால், பெரும்பாலும் ஸ்டீவ் காவிய நாயகனாகவே ஆரம்பத்திலிருந்து கடைசி வரை சித்தரிக்கப்படுகிறார். காந்தியும் காட்பாதரும் கலந்த ஒரு கலவை.

கம்ப்யூட்டர் கம்பெனி நடத்தியதாலோ என்னமோ ஸ்டீவுக்கு உலகமே பைனரியாகத்தான் தெரிகிறது. திறமைசாலிகள் முட்டாள்கள், நல்லவர்கள் அல்லாதவர்கள் இப்படி. அவர் கருத்துப்படி 'இந்த ஆள் பெருமூடன்' என்று கணித்தால், பட்டியலில் விழுந்தவர்கள் என்ன செய்தாலும் வெறுப்பை உமிழ்ந்து அவர்களை அவமானப்படுத்துவதை ஸ்டீவ் தன்னைப் பொறுத்தவரை ஒரு நாகரிகமாகவே கருதி இருக்கிறார். முக்கியமாக, ஆப்பிள் கம்பெனியின் பெயர் இன்றைக்கு உலக அளவில் பேசப்படுவதற்கு அடித்தளமான பணியாற்றிய மூத்த கம்ப்யூட்டர் விற்பன்னர்களை, மற்ற ஊழியர்கள் முன்னால், கிழித்துத் தோரணம் கட்டித் தொங்கவிடுவதில் ஸ்டீவுக்குக் கொள்ளை ஆசை. கார்ப்பரேட் ஹிட்லர்.

இந்த சேடிஸத்துக்குப் பின்னணி காரணமாகக் காட்டப்படுவது ஸ்டீவ் பிறந்ததுமே பெற்றோரால் கைகழுவப்பட்ட குழந்தை. அம்மா யூத மதப் பெண். அப்பா சிரியாவிலிருந்து அமெரிக்காவுக்குக் குடிபெயர்ந்த ஒரு முஸ்லீம். அவர்கள் கல்யாணம் செய்து கொள்ளாமலேயே உறவு வைத்திருந்ததால் பிறந்தவர். பெற்றோர் உதறித் தள்ளிய ஸ்டீவை அடுத்தவர் எடுத்து வளர்த்திருக்காவிட்டால் அவர் அமெரிக்கக் கீழ் நகரப் பகுதிகளில் அலைந்து திரிந்து ஏமாற்றி வயிறு வளர்க்கும் நிலைக்குத் தள்ளப்பட்டிருக்கலாம். சின்ன வயதிலேயே சுவீகாரம் எடுத்துக்கொண்ட அம்மாவும் அப்பாவும் அவருடைய பிறப்பு பற்றி ஸ்டீவிடம் சொன்னது அவரை வாழ்க்கை முழுதும் பாதித்து தொழில் ரீதியாகவும், நடைமுறை வாழ்க்கையிலும் வார்த்தை வன்முறையாளராகவே இருக்க வைத்திருந்த பரிதாபம் இந்தப் புத்தகம் முழுக்கப் படிக்கக் கிடைக்கிறது. ஒவ்வொரு வாக்கியத்திலும் கட்டாயம் ஒரு *fuck*, ஒரு *shit* வருகிறபடிக்கு ஆப்பிள் கம்பெனியின் மூளை வேலைக்காரர்கள் பலரையும் ஸ்டீவ் ஜாப்ஸ் வார்த்தைச் சவுக்கால் விளாச,

அவர்கள் அதை அமைதியாக விழுங்கியிருக்கிறார்கள். அங்கே மட்டுமில்லை எல்லா நாட்டு கம்ப்யூட்டர் கம்பெனிகளிலும் ஊதியத்தை உயர்த்திக் கொடுத்து நாக்கைப் பிடுங்கிக்கொள்வது வழக்கமாக நடக்கிறதுதான்.

தன்னைக் கைவிட்ட அம்மாவையும் அப்பாவையும் விந்து அணுவைச் சேகரித்துக் கருத்தரித்து பெற்றுப் போட்டவர்களாக வாழ்க்கை முழுக்கக் கண்டதும், புற்றுநோய் முற்றிய நிலையில் படுக்கையில் இருக்கும்போது அந்த அப்பா எழுதிய அன்பான கடிதத்துக்கு ‘தேங்க் யூ’ என்று ரெண்டே வார்த்தையில் பதில் எழுதி அலட்சியப்படுத்தியதையும் அவர் மனம் காயப்பட்டதன் விளைவு என்று புரிந்துகொள்ளலாம். ஒன்பது மாதம் ராப்பகலாக ஆப்பிள் கம்பெனி இன்ஜினீயர்கள் உழைத்து உருவாக்கிய ஐபோன் வடிவமைப்பு பிடிக்காமல் தூக்கிக் கடாசிவிட்டு, ‘புதுசா செய்யணும். ராவாப் பகலா, சனி, ஞாயிறு வீட்டுலே அக்கடான்னு உட்காராம ஆபீசுக்கு வந்து சேருங்க. நான் சொன்னது பிடிக்கலேன்னா, துப்பாக்கி தர்றேன். என்னை இப்பவே சுட்டுக் கொன்னுட்டுப் போங்க’ என்று அழுத்தம் கொடுத்து சிந்திக்க முழு அவகாசம் கூடத் தராமல் ஒரு வல்லுனர் கூட்டத்தையே ‘எஸ் சார்’ போட வைத்த போல்பாட் தனம் டாலர் கனவுகளை மெய்யாக்க பிரயோகித்த அல்டிமேட் ராஜதந்திரமாக இருக்கலாம். ஆனால், உடம்பு சரியில்லாத காரணத்தால் ஆபீசுக்கு மாதக் கணக்கில் போக முடியாமல் இருந்து, திரும்பப் போனதும் ஊழியர் கூட்டம் கூட்டி நரசிம்மாவதாரம் எடுத்து நாலைந்து ஊழியர்களைக் கிழித்துத் திருப்திப்படுவதும், சபையில் அவமானப்படுத்தி அங்கேயே வைத்துப் பதவியைப் பறித்து ‘பேண்டைக் கழற்றி’ அனுப்புவதும் நோய் மனக்கூறாகத்தான் இருந்திருக்க வேண்டும்.

மற்றவர்களிடமிருந்து தன்னை வேறுபடுத்திக் காட்டியே ஆக வேண்டும் என்று அவருக்கு வாழ்நாள் முழுக்க வெறியே இருந்திருக்கிறது. அறுபதுகளில் ஹிப்பியாக இந்தியா வந்திருக்கிறார். வெறுங்காலோடு கோவில் பிரசாத உண்டைக்கட்டிக்காக மைல் கணக்காக நடந்திருக்கிறார். தன் வயது மற்ற அமெரிக்க இளைஞர்களின் பெரும்பான்மையினருக்குக் கிடைக்காத இந்த அனுபவங்களோடு, பாலில் தண்ணீர் கலந்து விற்ற பால்காரியோடு

இங்கே அவர் சண்டை போட்டதையும் சேர்த்துக்கொள்கிறார் வால்டர் ஐசக்ஸன்.

முழுக்க பழங்கள் மட்டுமே உணவாக மாசக் கணக்கில் இருந்திருக்கிறார் ஸ்டீவி. அப்படி இருந்தால் உடலில் கழிவே தங்காது என்றும் வியர்த்தாலும் வாடை அடிக்காது என்றும் திடமாக நம்பிக் குளிக்காமல் நடமாடி இருக்கிறார். அப்படியே வேலைக்குப் போக, மற்றவர்களைக் குறைவாக இவருடைய உடம்பு வாடையால் கஷ்டப்படுத்த, ஆள் குறைவான ராத்திரி ஷிப்டில் உட்கார வைக்கப்பட்டிருக்கிறார். இதனால் எல்லாம் பாதிக்கப்படாமல், புற்றுநோய் முற்றும்வரை, இது தினசரி மூணு வேளை ஆப்பிள் வாரம், இது முழுக்க முழுக்க சாலட் வாரம் என்று விதவிதமாக சாப்பாடு சம்பந்தமாக சோதனை செய்தபடி இருந்திருக்கிறார்.

ஸ்டீவ் புதுச் சிந்தனைகளோடு சதா திரிந்த தொழில்நுட்ப விற்பன்னர் என்று ஆராதகர்கள் ஏற்படுத்தி வைத்திருக்கும் பிம்பம் கொஞ்சம் உடைய, அவருடைய வெற்றிக்கு, காலமும் இடமும் சூழ்நிலையும் பார்த்துச் செயல்பட்டு தொழில்நுட்பத்தை வியாபாரமாக்கும் தந்திரம் இயல்பிலேயே கைவந்ததுதான் காரணம் என்று காட்டுகிறார் ஐசக்ஸன். ஆப்பிள் கம்பெனி உருவாக ஸ்டீவ் ஜாப்ஸுக்குத் தோள் கொடுத்த இன்னொரு ஸ்டீவ் ஆன, முழுக்க முழுக்கத் தொழில்நுட்ப வல்லுனரான ஸ்டீவ் வோஸ்நியக் தான் ஆப்பிளின் மகத்தான வெற்றிக்கு அடித்தளம் அமைத்ததில் பெரும் பங்கு உள்ளவர் என்று தெரிகிறது.

ஏ.டி.அண்ட் டி தொலைபேசிக் கம்பெனியின் தொலைபேசி அலை அதிர்வுகளைப் போலி செய்து ஓசியில் டெலிபோன் பேச வசதி செய்யும் நீலப் பெட்டி என்ற மோசடி வன்பொருள்-மென்பொருள் தொகுதிதான் இந்த இரட்டையர் முதலில் உருவாக்கி விற்றது. நீலப் பெட்டி மூலம் இரண்டு பேரும் வாட்டிகன் நகரில் போப்பாண்டவரிடம் பேச முயற்சி செய்தது, அதுவும் ஹென்றி கிஸ்ஸிங்கர் போல் குரலை மாற்றிப் பேசி, போப்பாண்டவரின் மடாலயப் பாதிரியார்களை அலறி அடித்துக்கொண்டு பேச வைத்தது போன்ற இளமைப் பருவக் குறும்புகளில் இரண்டு பேர் பங்கும் சரிசமம்.

இப்படிப் பிள்ளையார் சுழி போட்டாலும், முதல் ஆப்பிள்

கம்ப்யூட்டரை வடிவமைத்து ஸ்டீவ் வோஸ்நியக் காட்டியதும், இதை எப்படி மற்ற கம்ப்யூட்டர்களோடு இணைப்பது, எப்படி இதில் இருக்கும் தகவலைப் பிரதி எடுத்து வைப்பது என்று தொலைநோக்கோடு முதல் கேள்விகளைக் கேட்டு ஆப்பிள் நிறுவனத்தை வெற்றிப் பாதையில் கொண்டு போக சாமர்த்தியம் காட்டியவர் ஸ்டீவ் ஜாப்ஸ். ஆனாலும் வோஸ்நியக்கை ஜாப்ஸ் ஏமாற்றி இருக்கிறார். அடாரி விடியோ விளையாட்டு கம்பெனிக்கு இவர்கள் உருவாக்கிய விளையாட்டு யந்திரத்துக்கான வருமானத்தில் பாதியைப் பகிர்ந்துகொண்ட ஸ்டீவ் ஜாப்ஸ் கம்ப்யூட்டர் சில்லுகளை மிச்சம் பிடித்து குறித்த காலத்தில் வடிவமைத்துக் கொடுத்ததற்காக அடாரி கொடுத்த போனஸைப் பற்றி பங்காளி வோஸ்நிக்கிடம் மூச்சுக்கூட விடவில்லை. இன்னும் கூட இது வோஸ்நிக்குக்கு ஸ்டீவ் ஜாப்ஸ் பற்றிய இனிப்பில்லாத நினைவு. ஆனாலும் அவருக்கு ஸ்டீவ் நல்ல நண்பராகவே இருந்திருக்கிறார்.

ஐபோன் 4-இல் எழுந்த ஆண்டென்னா சிக்கலை நாலே வாக்கியங்களை சபையில் சொல்லி சமாளித்தது (We're not perfect. Phones are not perfect. We all know that. But we want to make our users happy), ஐபேட் உருவானபோது சரியான முறையில் விளம்பரங்கள் அமையவில்லை என்பதற்காக விளம்பர நிறுவனத்தைத் துரத்தித் துரத்தி அடித்து வேலை வாங்கியது, ஐ-கிளவுடுக்காக பதினெட்டு மில்லியன் பாட்டுகளை இணைய மேகத்தில் (cloud computing) சேகரிக்க இசை வெளியீட்டுக் கம்பெனிகளோடு ஒப்பந்தம் போட்டு, போட்டியாளரான அமேசனை தலைகுப்புற வீழ்த்தியது என்று ஸ்டீவ் ஜாப்ஸின் பராக்கிரமங்கள் விவரமாகச் சொல்லப்பட்டுப் பட்டியல் போடப்படுகின்றன. கூடவே அவர் ஒபாமாவை விருந்துக்கு அழைத்ததும் விவரிக்கப்படுகிறது.

ஒபாமாவிடம் ஸ்டீவ் சொன்னாராம் - அமெரிக்காவில் கல்விமுறை சகிக்கலை. வாத்தியார்களைத் தொழிற்சங்கம் அமைக்க விடக்கூடாது. சங்கத்தை உடைத்து, வேலையிலே சேர்க்க, அப்புறம் திறமைசாலி இல்லேன்னு சொல்லி நீக்க அதிகாரத்தைக் கல்லூரி முதல்வர்களுக்குத் தரணும். வருஷம் பதினொரு மாசம், தினம் சாயந்திரம் ஆறு மணி வரை வகுப்பு நடக்கணும். புத்தகத்தை எல்லாம் தூக்கிக் கடாசிடுங்க. வேஸ்ட் அது எல்லாம். இனி

(ஆப்பிள்) கம்ப்யூட்டரில் ஈ-பாடப் புத்தகத்தைத்தான் எல்லாரும் படிக்கணும்னு சட்டம் கொண்டு வரலாம்.

அச்சுப் புத்தகங்களை நேசிக்க முடியாத ஸ்டீவ் ஜாப்ஸ், எப்போதாவது சென்னை அண்ணா நூலகத்தைப் பற்றி இதே போல் நம்மவர்களுக்கு உருப்படியான யோசனை என்று ஏதும் சொல்லிவிட்டுப் போனாரா, தெரியவில்லை.

பத்திரிகை யுத்தம்

பிரிட்டனில் லண்டனிலும், மற்ற பெருநகரங்களிலும் இலவச சர்க்குலேஷன் மாலைப் பத்திரிகைகள் பிரபலம். லண்டன் பக்கிங்ஹாம் அரண்மனைக்கு எதிரே கிரீன்பார்க் பாதாள ரயில்வே ஸ்டேஷன் வாசலில் அந்தி சாய்கிற நேரத்தில் ஒரு பெரிய அடுக்காக மாலை பத்திரிகையைக் கையில் வைத்து விநியோகிக்கிற லத்தீன் அமெரிக்க நாட்டு அகதிப் பெண்ணோ பையனோ வெறுங்கையோடுதான் தினமும் திரும்புவது வழக்கம்.

சென்னையின் ஆங்கிலப் பத்திரிகை முகமாக மெயில் மட்டுமே இருந்ததாகக் கேள்வி. அண்ணா சாலையில் வருடக் கணக்காகப் பூட்டி வைத்திருக்கும் அந்தப் பத்திரிகைக் காரியாலயத்தைப் பார்க்கும்போதே இனம் புரியாத துக்கம் தொண்டையை அடைக்கும். ஒரு பரபரப்பான மாலைப் பத்திரிகை, அதுவும் ஆங்கிலத்தில் உள்ளூர்ச் சேதி சொல்வது நின்றுபோனது விசனம் தரக்கூடிய விஷயம்தான்.

மாலைப் பத்திரிகைக்கு நேர்மாறானது சென்னையின் காலைப் பத்திரிகைக் காட்சி. செஞ்சுரி போட்ட மவுண்ட் ரோடு மகாவிஷ்ணு, மூன்று வருடம் முன்னால் குடிபுகுந்த மும்பை போரிபந்தர் கிழவி, சென்னாகிதா என்று கன்னட ஆங்கிலத்தில் விசாரிக்கும் தக்காண முரசு, எப்போதும் புது அடைமொழியோடு வரும் அதிவேக ரயில் வண்டி இப்படி கிசுகிசு பாணியில் பட்டியலைச் சொல்லலாம்.

ஆங்கிலத்தில் உதிக்கும் சூரியன் போன்ற சிறு பத்திரிகைகளைக் கணக்கில் எடுத்துக் கொள்ளவில்லை. கரை வேட்டிக்காரர்கள் ஆங்கிலத்தில் தலைவர் கடிதம் படித்து உத்வேகமடைகிற காட்சி நினைத்துப் பார்க்க சுவாரசியமானது.

இந்த வாரம் மும்பைக் கிழவி மகாவிஷ்ணுவை ஏகத்துக்குக் கிண்டல் அடித்துத் தன் பத்திரிகையில் விளம்பரம் வெளியிட்டிருக்கிறார். மகாவிஷ்ணுவின் 'சவசவ மசமச' செய்தித் தேர்வையும் நீண்ட கட்டுரைகளையும் கேலி செய்து 'உடனடியாக உங்கள் பத்திரிகையை மாற்றுங்கள்' என்று ஓங்கிக் கூவும் விளம்பரம் இது.

இந்த மாதிரி ஒப்புநோக்கு விளம்பரம் (comparative advertising) ஆரோக்கிய பானம், சலவை சோப்பு, குளிர்பானங்கள் போன்ற நுகர்வோர் பயன்படுத்தும் பொருட்களைப் பற்றித்தான் பெரும்பாலும் இருக்கும். பத்திரிகைத் துறையில், வருடா வருடம் ஏபிசி கணக்கெடுப்பு முடிந்து பத்திரிகை விற்பனை விவரங்கள் கிட்டியதும், இரண்டு மலையாளப் பத்திரிகைகள் வருடா வருடம் ஆங்கில விளம்பரங்களில் சந்தாவைச் சொல்லி அடித்துக் கொள்வது சாத்வீகமான நிகழ்வு.

பெப்ஸியும் கோகோ கோலாவும் வருடம் முழுக்க, நாடுகள் தோறும் இப்படி அடித்துக்கொள்வதில் பெருமகிழ்ச்சி அடைகின்றன. பெப்ஸியின் ஒரு விளம்பரக் குறும்படத்தைத் திரையிட அனுமதி மறுக்கப்பட்டது. அப்படி என்ன அதில்?

ஒரு சின்னப் பையன் குளிர்பானம் வழங்கும் இயந்திரத்தில் காசு போட்டு ஒரு குளிர்பானத்தை வாங்குவான். அது பெப்ஸி இல்லை. கோகோ கோலா. பெப்ஸி விளம்பரத்தில் கோகோ கோலா விற்பனையைக் காட்டுகிறதில் ஏற்படும் லேசான வியப்பு நீடிக்க, இன்னொரு தடவை காசு போட்டு அந்தப் பையன் இன்னொரு கோகோ கோலா தகர டின்னை வாங்குவான். அடுத்து அவன் செய்வதுதான் அட்டகாசம். இரண்டு கால் பக்கமும் இரண்டு கோகோ கோலா டப்பாக்களை வைத்து அவற்றின் மேலேறி நின்றுகொண்டு குளிர்பானம் வழங்கும் இயந்திரத்தின் மேற்புறம் அவன் உயரத்துக்கு சாதாரணமாக எட்ட முடியாத பெப்ஸி கோலா பொத்தானை அழுத்தி ஒரு பெப்ஸி வாங்கிக் கொண்டு நடப்பானே பார்க்கணும்.

இதுவும் அதுவும் உதவும்

கம்பேரட்டிவ் அட்வர்டைசிங் இந்தியாவில் எந்த அளவு அனுமதிக்கப்பட்டது என்று தெரியவில்லை. இது பிரிட்டனில் தடை செய்யப்பட்ட ஒன்று. தடைக்குக் காரணம் விசித்திரமானது. பெப்ஸி படத்தில் கோகோ கோலா பாட்டிலைக் காட்டினால் அது கோகோ கோலாவின் காப்பிரைட் உரிமையை மீறுகிற செயலாம். பிரிட்டனில் தலைப்பாக்கட்டு பிரியாணிக் கடைகள் இதுவரை இல்லை.

சபாபதி

'சபாபதி' பார்த்தேன். தமிழின் முதல் முழு நீள நகைச்சுவைப் படம். 1941-ல் ஏவி.மெய்யப்பன் என்ற ஆவிச்சி மெய்யப்பன் (Av.Meiappan) இயக்கியது. பின்னாளில் முழுக்கத் தயாரிப்பாளராகத்தான் அறியப்பட்டவர் ஏவி.எம். தொய்வில்லாமல் திரைப்படத்தை எப்படிக் கொண்டு போவது என்பதை அறிந்தவர் என்று சபாபதியில் முதலில் நிரூபித்திருக்கிறார்.

உலக மகா யுத்தம் நடந்துகிட்டு இருக்கு என்று வரும் ஒற்றை வரி வசனம் படம் வந்த காலத்தின் நிச்சயமற்ற சூழ்நிலையை ஒரு நிமிடம் நினைவுபடுத்துகிறது. இரண்டாம் உலக யுத்த காலத்தில் போர்க்கால சிரமங்களை பிரிட்டனுக்குக் காலனியாக இருந்த இந்தியாவும் அனுபவித்தது. கஷ்டத்தில் நடுவே ஆசுவாசமாக இரண்டு தலைமுறைக்கு முந்தியவர்களைத் தொடர்ந்து சிரிக்க வைத்த புண்ணியம் சபாபதியை நாடகமாக எழுதிய பம்மல் சம்பந்த முதலியாருக்கே சேர வேண்டியது.

அந்தக் காலத்தில் சிரிப்பை வரவழைக்க பள்ளிக்கூடத் தமிழாசிரியர்கள்தான் முதல் சாய்ஸ். தமிழில் முதல் சில நாவல்களில் ஒன்றான கமலாம்பாள் சரித்திரம் கூட தமிழ் வாத்தியார் அம்மையப்ப பிள்ளையை உதிரியா இல்லாமல் உருப்படியான கதாபாத்திரமாக கடைசிவரை சித்தரிக்கிறது.

சபாபதியில் பழம்பெரும் நடிகர் சாரங்கபாணி வகுப்பில் தூங்கி, பிள்ளைகள் பேனா மசியால் மீசை வரைய முகத்தைக் காட்டுகிறார். மாணவன் எழுதிய அபத்தமான கட்டுரையை அவர் தலையில் பிள்ளையைப் பெற்றவன் கிழித்துப் போடுவதும் சிரிப்பு வரவழைக்க உத்திதான். கழக ஆட்சி வராவிட்டால் இன்னும் தமிழாசிரியர்கள் அவமானப்படுத்தப்படுவார்கள் என்று தோன்றுகிறது.

70 வருடத்துக்கு முந்திய இயல்பான 'முதலியார்'-சென்னைத் தமிழ், படம் முழுக்க வருகிறது. முதலாளியை மரியாதையாக வாப்பா, போப்பா என்று சொல்கிற வேலைக்காரர்கள் இன்றைய ஆட்டோ ரிக்ஷா டிரைவர்களின் அவ்வளவாக மரியாதை தென்படாத மொழிக்கு முன்னோடி, மாப்பிள்ளைக்கு அம்மாவும் மணப்பெண்ணுக்கு அம்மாவும் ஒருவரை ஒருவர் வாங்க மச்சி, போங்க மச்சி என்று உறவு பாராட்டுவது அந்தக் கால வழக்கம் போல.

பரதநாட்டியத்தை சர்வ சாதாரணமாக தேவிடியாக் கச்சேரி என்று எல்லோரும் குறிப்பிடுகிறார்கள். சென்சார் போர்டு அப்புறம்தான் ஏற்பட்டு அந்த வார்த்தையைத் தடைசெய்து, அறுபது வருடம் கழித்து இந்தப் பத்தாண்டுகளில் செலக்டிவ் ஆக அனுமதித்திருக்க வேண்டும். இப்போது அது கதாநாயகர்கள் பல்லைக் கடித்துக் கொண்டு எழுப்பும் கோப விளியின் பகுதி.

பழைய படம் என்றால் புஷ்டியான கதாநாயகிகள்தான் மெல்ல அசைந்து வருவார்கள் என்று ஐம்பதுகளிலும் அறுபதுகளிலும் தயாரான படங்களை வைத்து முடிவு செய்திருந்தால், 1940 ஒரு இன்ப அதிர்ச்சியைக் கொடுக்கும். கதாநாயகி மட்டுமில்லை, நகைச்சுவை நடிகைகள் கூடக் கொடி இடையாளர்களே. பாடும்போது மட்டும் கிறீச்சிட்டுப் படாதபாடு படுத்திவிடுகிறார்கள்.

1940-களில் லக்ஸ் சோப் விளம்பர மாடலாக இருந்த 'லக்ஸ்' பத்மாதான் கதாநாயகி. அவர் அழகை ரசிக்கும்போது, இப்போது கிட்டத்தட்ட 90 வயசாகி இருக்குமே என்ற நினைப்பு எழுவதைத் தள்ளிப் போட்டு விடலாம். பத்மா பாட்டியைச் சந்திக்க சந்தர்ப்பம் கிடைத்தால் கேட்க வேண்டிய கேள்விகள், அந்தக் காலத்துக்கும் இந்தக் காலத்துக்கும் என்ன வித்தியாசம், லக்ஸ் சோப்பின் வடிவத்திலும் நிறத்திலும் குணத்திலும்.

மழை முகம்

சென்னையின் வேனல் கால முகம் யாது? தெரு ஓரத்தில் ஆலைக் கரும்பைப் பிழிந்து அழுக்குப் பனிக் கட்டிச் சீவலும், எலுமிச்சைச் சாறும் சேர்த்து நுரைக்க நுரைக்க கிளாஸ் டம்ளரில் நீட்டும் வண்டி. அதன் பக்கம் வியர்த்து விறுவிறுத்து, கையில் பிடித்த சூட்கேஸோடு காத்திருந்து, வாங்கிக் குடித்த பிறகு சிகரெட் பற்ற வைக்கும் மெடிக்கல் ரெப்ரசெண்டேடாக அந்த முகம் எனக்குத் தென்படும்.

டிசம்பர் பதினைந்திலிருந்து ஜனவரி பதினைந்து வரை குறுகி வரும் குளிர் காலத்தில் பாதி நகரம் சரணம் ஐயப்பா விளிக்க ஆரம்பித்து கேரளா எக்ஸ்டென்ஷன் ஆகிவிடுவதால், நெற்றியில் சந்தனமும், மலையாள தாடியும், கழுத்தில் துளசி மாலையுமாகப் பாதி சென்னை முகம் மாறும். மீதி, சபா கேண்டீனில் கீரை வடை சாப்பிட காரில் வந்து இறங்கும் மேட்டுக்குடி மூஞ்சியில் பிய்த்தது. ஈரக் கையோடு உள்ளே போய் அருணா சாயிராம் கச்சேரியில் மராத்தி அபங்கில் உருகித் திரும்ப வெளியே வந்து சபா கழிவறை மூத்திர வாடையும் காதில் விழும் மீதிப் பாட்டுமாக அடை அவியலை அதம் செய்ய வாயைத் திறக்கும் அது.

சென்னையின் மழைக்கால முகம் வேறே மாதிரி. சுரணை குறைந்து மரத்துப் போன உடம்பும், மனசுமாக, தெருவில் தேங்கி நிற்கும்

கழிவு நீரில் கால் அமுங்க கையில் லெதர் பையில் வைத்த காலி லஞ்ச் டப்பாவோடு நடக்கிறவனின் முகம் அது. சேறும் சகதியும் பள்ளமும் மேடும், கடந்து கலங்கிய நீரை மேலே எறிந்து விட்டு சீறிப் பாய்கிற கார்களைக் கவனிக்காமல் செல்போனில் பேசிச் சிரித்தபடி நகர்கிற, ஈர சல்வார் காலோடு ஒட்டிய இளம் பெண்ணின் முகம் அது.

வெட்டி வைத்த சாக்கடைப் பள்ளத்தில் தலைகுப்புற வீழ்ந்து, நெட்டுக் குத்தலாக அதில் பயிர் செய்த இரும்புக் கம்பிகளில் ஒரு பத்து இருபதாவது ஒரே நேரத்தில் கழுவேற்ற பரிதாபமாக மரித்த அந்த இளம் பெண்ணின் குழந்தைத்தனம் மாறாத முகமாக சென்னையின் மழைக்கால முகம் போன வாரம் பத்திரிகைகளில் பயமுறுத்தியது.

உடனே அது மறக்கப்பட்டு, மழை நின்ற சென்னையின் முகம் டெண்டுல்கரின் நூறாவது செஞ்சுரிக்காக ஆவலோடு காத்திருக்கப் பார்வையில் படுகிறது. டெண்டுல்கர் இன்னும் ஒரு நூறு செஞ்சுரி அடிக்கட்டும். சாக்கடைக் குழாய்ப் பள்ளத்தில் யாரும் எப்போதும் விழாத சந்தோஷத்தில் சென்னை சந்தோஷமாகச் சிரித்தபடி அதை வரவேற்கட்டும்.

எழுத்தும் பாதிப்பும்

இரண்டு வாரம் முன் எழுதியதைத் தொடர்ந்து ஒன்றுக்கு மேற்பட்ட எழுத்தாளர்களைப் பாதிக்கக் கூடிய நிகழ்வுகளைப் பற்றி வந்த கருத்துப் பகிர்தலைப் படித்திருக்கலாம்.

சில கதைக் கருக்கள் மனதின் ஆழத்தில், கிட்டத்தட்ட பாரம்பரிய நினைவிலிருந்து வருகிற மாதிரி புறப்பட்டும் வரும். அதே கரு பல ஆயிரம் கிலோமீட்டருக்கு அப்பால் ஐரோப்பாவிலோ, ஆப்ரிக்காவிலோ, அல்லது இங்கே சென்னை நுங்கம்பாக்கத்திலேயோ இன்னொரு எழுத்தாளருக்கு, வேறொரு காலத்தில் தோன்ற வாய்ப்பு இருக்கிறது.

ஓ.வி.விஜயன் எழுதிய பிரபலமான மலையாளச் சிறுகதை 'பலி காக்கைகள்'. கட்டுச் சோறு கட்டிக் கொண்டு வெள்ளாயி அப்பன் நகரத்துக்குப் புறப்படுகிறான். அவனுடைய மகனைத் தீவிரவாதி என்று பிடித்துப் போய் தூக்குத் தண்டனை விதித்திருக்கிறார்கள். இன்னும் ஒரு நாளில் அந்தத் தண்டனை நிறைவேற்றப்பட இருக்கிறது.

சிறைக் கம்பிகள் குறுக்கே நிற்க, மகனும் அப்பனும் கடைசி முறையாகச் சந்தித்துக் கொள்கிறார்கள். 'நான் தப்பு எதுவும் செய்யலே அப்பா' என்று சொல்லும் மகனைப் பிரிய மனமே இல்லாமல் பிரிகிறான் அந்தத் தகப்பன். அடுத்த நாள் தூக்குத்

தண்டனை நிறைவேற்றி, சடலத்தை வண்டியில் எடுத்துப் போய் அரசாங்கமே கொள்ளிபோட்டுவிடுகிறது. இவன் இயலாமையோடு அதைப் பார்த்துவிட்டு கடற்கரை போகிறான். கொண்டுவந்த கட்டுச் சோறு பொதியவிழ்ந்துகொள்கிறது. இறந்தவர்களுக்கு திவசம் தரும்போது பிண்டம் தின்ன வரும் காக்கைகள் அந்தச் சோற்றைத் தின்ன இறங்கிவருகின்றன.

இந்த அருமையான கதையின் சாயலில் ஒரு ஸ்பானிஷ் சிறுகதையைப் படித்ததாக இலக்கிய விமர்சகர் காலம் சென்ற எம்.கிருஷ்ணன் நாயர், தன் ‘சாகித்ய வாரபலம்’ பத்தியில் குறிப்பிட்டிருந்தார். குற்றம் சொல்லி இல்லை, தகவலுக்காக.

கல்கி தீபாவளி மலருக்கு என்னிடம் ஒரு கதை கேட்டபோது நான் ‘சேது’ என்ற சிறுகதை எழுதிக் கொடுத்தேன். ராமேஸ்வரம் பின்னணியில், மனைவியைத் தொலைத்த ஒரு யாத்திரிகனின் பார்வையில் நகரும் கதை. கதை போய்ச் சேர்ந்து ஒரு மணி நேரத்தில் கல்கி ஆசிரியர் தொலைபேசினார்:

‘நல்ல கதையா இருக்கு. ஆனா ஒரு சிக்கல். இதே கருவை வைச்சு முப்பது வருஷம் முந்தி கல்கி ஒரு கதை எழுதி இருக்கார். இது ராமேஸ்வரத்தில் நடக்கறதுன்னா அது காசியில் நடப்பது. அதை விட முக்கியமான விஷயம், இந்த வருட தீபாவளி மலரில் கல்கி எழுதின கதை ஒண்ணு போடலாம்னு தேடியபோது அதைத் தான் தேர்ந்தெடுத்து வச்சிருக்கோம்.’

உடனே கதாபாத்திரங்களையும் கருவையும் மாற்றி அதே ராமேஸ்வரம் பின்புலத்தில் ‘சேது’ கதையைப் படிக்கக் கிடைத்தது. சேது வெர்ஷன் ஒன்றுக்கும் அந்தக் கதைக்கும் பத்து சதவிகித ஒற்றுமை இருந்தால் அதிகம். ஆனாலும் பழைய சேதுவைப் படிக்கும் யாருக்கும், அவர் கல்கி கதையைப் படித்தவராக இருந்தால் கல்கி நினைவு வராமல் போகமாட்டார்.

அசாதாரணமான நிகழ்வுகள் பூகோள எல்லைகளைக் கடந்து இரண்டு படைப்பாளிகளை ஒரே நிகழ்வின் அடிப்படையில் எழுத வைத்திருக்கலாம். எழுதத் தூண்டுகிற சம்பவம் தவிர வேறு எந்தவிதமான பொதுத் தன்மையும் கொள்ளாது இவர்கள் இருப்பதால் எழுத்தின் நடையும், வீரியமும், கருவும், உருவும் எல்லாமே இரண்டு படைப்புகளிலும் வேறுபட்டு வரலாம். வரும்.

அசோகமித்திரனின் பதினெட்டாவது அட்சக்கோடு நாவல் முடிவில் வரும் சம்பவம் மறக்க முடியாதது, கதைசொல்லியான சந்திரசேகரன் 1947-ல் ஹைதராபாத் கலவரங்களின் போது ஒரு விசித்திரமான சூழலில் சந்திக்கிற பெண் பற்றியது. சுய உணர்வே இல்லாமல் யந்திரமாக பைஜாமா நாடாவை அழிக்கிற அந்தப் பெண்ணின் செய்கையில் அவன் நிலைகுலைந்து போய் நிற்பதோடு நாவல் முடியும்.

உருது இந்தி எழுத்தாளர் சதத் உசைன் மாண்டோவின் 'கோல்தோ' (திற) சிறுகதையைப் படித்தபோது உடனடியாக அ.மி. நினைவுக்கு வந்தார். சதத் உசைன் கதை அதே 1947-ல் நாட்டைத் துண்டாடிய இந்தியா பாகிஸ்தான் பிரிவினையைத் தொடர்ந்து எழுந்த பாலியல் வன்முறையும் இனப் படுகொலையுமாக இருண்ட காலகட்டத்தைப் பற்றியது. பாலியல் வன்முறைக்கு இலக்கான இளம் பெண் ஒருத்திக்கு அவசர மருத்துவ சிகிச்சை தர ஒரு மருத்துவமனைக்கு அவள் எடுத்துச் செல்லப்படுவாள். சிகிச்சை அளிக்க வந்த டாக்டர், அறையில் இருட்டு மண்டி இருந்ததால், படுத்த படுக்கையாக இருக்கும் அந்தப் பெண்ணை மருத்துவப் பரிசோதனை செய்ய முடியாமல், ஜன்னல் வெளிச்சத்தை உள்ளே வர அனுமதிக்க, ஜன்னல் திரைப்பக்கம் கைகாட்டி, அதைச் சற்றே விலக்கச் சொல்வார் 'கோல்தோ'. பாதி மயக்கத்தில் இருந்த இளம்பெண் இதைக் கேட்டதும் உடனே உடுப்பை உயர்த்துவாள். அ.மி. கதை போல் இதுவும் மனதை நெகிழவைப்பது.

இந்தச் சம்பவம் அரசியல் கொந்தளிப்பு மிகுந்த 1947-ல் உண்மையாக நடந்து இரண்டு எழுத்தாளர்களையும் பாதித்திருக்க வாய்ப்பு உண்டு. சதத் உசைன் கதையை முந்திப் படித்து பதினெட்டாம் அட்சக் கோட்டை அடுத்து எடுத்திருந்தால் உசைன் நினைவு வந்திருப்பார். இந்தச் சம்பவம் தவிர வேறு எந்த விதத்திலும் ஒற்றுமை இல்லாத படைப்புகள் இந்த இலக்கிய பிரம்மாக்கள் படைத்தவை. வேற்றுமையில் ஒற்றுமையைக் காண்பது போல் ஒற்றுமையில் வேற்றுமையைக் காண்பதும் சுவாரசியமானதே.

மழை ஓவியர்

'**ம**ழைநாள் திவசம்' கவிதை எழுதிய ஞானக்கூத்தன் 'மழைநாள் கலை இலக்கியக் கூட்டம்' என்று இன்னொன்று எழுதாததற்குக் காரணம், இப்படியான கூட்டங்கள் அபூர்வமாகவே நடக்கின்றன என்பதே. கொட்டும் மழையில் இலக்கியக் கூட்டத்தை, அதுவும் சென்னைப் புறநகர்ப் பகுதியில் ஏற்பாடு செய்துவிட்டு எப்படியோ ஆட்டோ பிடித்து அன்றைய பேச்சாளரான முதுபெரும் இலக்கிய விமர்சகர் சி.சு.செல்லப்பாவோடு விருட்சம் பத்திரிகை ஆசிரியர் அழகியசிங்கர் போய் இறங்கினார். நாலே நாலு பேர் வந்த அந்த மழைக் கூட்டத்தைப் பார்த்து, 'விருட்சம் பட்டுப் போகட்டும்' என்று சி.சு.செ விஸ்வாமித்திரனாக சாபம் கொடுத்ததை வெள்ளந்தியாக அழகியசிங்கர் பகிர்ந்துகொண்டிருக்கிறார்.

இது விருட்சம் கூட்டம் இல்லை. இலக்கியத்தையும் பேசப் போவதில்லை. ஒரு சேஞ்சுக்காகக் கலையைப் பற்றிய கூட்டம். ஓவியர் மணியம் செல்வன் பேசுவார் என்று என் பதிப்பாளர் நண்பர் பத்ரி அனுப்பிய ஈ-மெயிலுக்கு நன்றி சொல்லிவிட்டு உடனே டெலிட் செய்யாமல் இன்னொரு தடவை கவனிக்க வைத்த விஷயம் - கூட்டம் நடைபெறும் இடம். வீட்டிலிருந்து வெறுமனே இல்லாவிட்டாலும் மெகபோன் வைத்துக் கூப்பிட்டால் காதில் விழக்கூடிய தூரத்தில் இன்னும் ராட்டை நூற்கிற தக்கர் பாபா வித்யாலயா. அதுவும் சனிக்கிழமை சாயந்திரம். போகலாம் என்று தீர்மானித்தபோது போயிடுவியா என்று கூவி சவால்

விட்டுக்கொண்டு ஜன்னலுக்கு வெளியே மழை தொடர்ந்தது.

கலை இலக்கியக் கூட்டங்களுக்கு ஆண்கள் அணியக்கூடிய சிலாக்கியமான உடுப்பு - மேலே ஜிப்பா; இடுப்பில் வேட்டி அல்லது ஜீன்ஸ் அதுவுமன்றி பைஜாமா. மழைக்கு உடுத்தி அலைய வாகான அரை டிராயரில் இப்படியான கூட்டத்துக்குப் போனால் ஓவியக் கலைக்கு அவமதிப்பை மறைமுகமாகக் காட்டியதாக நம் மேல் விமர்சனம் வருமா? சமூக நாகரிகம் குறித்த சிக்கலை ஒரு மணி நேரம் யோசித்துத் தீர்த்து, முழுசாக உடுத்தி தக்கர்பாபா அரங்கத்தில் முக்கால்வாசி ஈரமாக நுழைந்தபோது வரவேற்ற பத்ரி ஷார்ட்ஸில்தான் இருந்தார். இன்னும் நாலு நிஜார் கனவான்களும் கூட்டத்தில் உண்டு. இனி கூட்டம் அறிவிக்கும்போதே டிரஸ் கோட் என்ன என்றும் எழுதிவிட்டால் சிக்கல் இல்லை.

மழையாக இருந்தாலும் இருபது பேர் எப்படியோ வந்து சேர்ந்திருந்த கூட்டம். மணியம் செல்வன் சாஸ்திரத்துக்கு நாலு வார்த்தை பாரம்பரிய சித்திரக் கலை, ரவிவர்மா, கோட்டோவியம், சித்தன்ன வாசல் என்று ஒப்பித்துவிட்டு, 'அவை நிறைந்து சாவகாசமாக ஒரு கூட்டம் போடுங்கள், வந்து நிறையப் பேசறேன்' என தப்பித்திருக்கலாம். வந்திருந்த இருபது பேரையே இருநூறு பேராகப் பாவித்து கிட்டத்தட்ட ரெண்டரை மணி நேரம் உற்சாகத்தோடு சொற்பொழிந்தார் அவர்.

எழுத்தாளர் யாராவது இருபது நிமிடத்துக்கு மேல் பேசினால் முன்னால் உட்கார்ந்து அரைகுறையாகக் காதில் வாங்கிக் கொண்டு மொபைலில் மன்மோகன் சிங்கை கிண்டல் செய்து ட்வீட் அனுப்பிக்கொண்டிருக்கலாம்.

ஆனால் ம.செ மொபைலை சட்டைப் பையில் இருந்து எடுக்கவே விடவில்லை. ரெண்டரை மணி நேரம் என்ன, ராத்திரி ரெண்டு வரைக்கும் அவர் பேசினாலும் கேட்கக் கேட்க அலுப்பே தட்டாத பேச்சு. வெறும் பேச்சு மட்டும் இல்லை. லேப்டாப் கம்ப்யூட்டரில் கொண்டு வந்த ஓவியங்களையும் காட்டி நினைவுகளைப் பகிர்ந்து கொண்டதால் மனம் தானே ம.செ பொழிந்ததில் லயித்துவிட்டது.

மொத்தம் ஐந்து ஓவியர்கள் மாதவன், எஸ்.ராஜம், சில்பி, கோபுலு, மணியம். அப்புறம் ஆறாவதாக மணியம் செல்வனும். இவர்கள் தான் டாபிக்.

ஒற்றைப் பார்வையில் இவர்கள் எல்லோரும் ஜனரஞ்சகப் பத்திரிகைகளில் தொடர்ந்தோ தீபாவளி, பொங்கல் மலர்களில் மட்டுமோ படம் வரைந்த ஓவியர்கள். 'முப்பது பைசா விலைக்கு விற்கிற பத்திரிகைக்காக' உசிரைக் கொடுத்து நுணுக்கமாக மரபு ஓவியம் வரைவதில் வல்லவர்கள். அதாவது அறுபதுகளில். இப்போதென்றால் பத்து ரூபாய்க்கு விற்கிற பத்திரிகைகள்.

இலக்கியவாதி எழுத்தாளர்கள், ஜனரஞ்சக எழுத்தாளர்களோடு ஒரே மேடையைப் பகிர்ந்துகொண்டால் அனாசாரம் என்று வெகு சமீப காலம் வரை நினைத்தது உண்டு. அதுபோல், ஆர்ட் காலரிகளில் ஓவியக் கண்காட்சி நடத்தி பத்து லட்சம் இருபது லட்சம் விலைக்கு நவீன பாணி ஓவியங்களை விற்று லண்டன் நியுயார்க் பறக்கிற குறுந்தாடி ஓவியப் பிரபலங்கள் இந்த ஜனரஞ்சக ஓவியர்களை ஒரு பொருட்டாகக் கருதுவது இல்லை. ஓவிய விமர்சகர்களும் அப்படியே.

ஆனாலும் முப்பது பைசா ஓவியர்களுக்கு ஒரு பெரிய ரசிகர் பட்டாளமே உருவாகி இருக்கிறது என்பது உண்மை. கதைக்குப் படம் போட்டும், கார்ட்டூன் போட்டும் சராசரி வாசகர்களின் மனதில் இடம் பிடித்தவர்கள் இவர்கள். 'தமிழ் சரியா படிக்கத் தெரியாது. பத்திரிகையிலே ஜோக் மட்டும் பார்ப்பேன்' என்று மேட்டுக்குடி தமிழர்கள் போன நூற்றாண்டு முழுக்க ஆடம்பரமாக அறிவித்தது உண்டு. இப்போது நடுத்தர வர்க்கமும் அதேபோல் பேச ஆரம்பித்துவிட்டது. அவர்களுக்கும் பரிச்சயமான பெயர்கள் மேலே குறிப்பிட்ட எல்லோரும்.

மாதவன் பத்திரிகை ஓவியத்தோடு கூட பிரதானமாக, சினிமா கட் அவுட்டும் பேனரும் வரைந்து பிரபலமான ஓவியர். ஆனாலும், இருபது பேர் வந்த கூட்டத்தில் பத்துப் பேருக்கு அவரைத் தெரியவில்லை. அறிமுகப்படுத்துகிற வேலையைக் கச்சிதமாகச் செய்தார் ம.செ. அழுத்தமான நிறங்கள், அழுத்தமான கோடுகள். ஆற்றில் பளிங்கு நீரையும், மேலே நீல வானத்தையும் வண்ணமும் தூரிகையின் துடிப்பும் வெளிப்படுத்த அவர் வரைந்த பத்திரிகை ஓவியங்கள் காலண்டர் ஆர்ட் என்று ரெண்டே வார்த்தையில் தள்ளிவிடலாம். நஷ்டம் நமக்குத்தான்.

பேனர் ஆர்ட்டிஸ்ட்களின் கலை வெளிப்பாட்டுச் சூழல் மற்ற கலைஞர்களுடையதை விடக் கஷ்டமானது. பரபரப்பான வீதியில்

சாரம் கட்டி உச்சியில் உட்கார்ந்து, எப்படியோ பிரஷ்ஷையும் வண்ணங்களையும் அங்கே பக்கத்தில் இடுக்கி வைத்துக் கொண்டு, உள்ளங்கையில் வைத்திருக்கிற புகைப்படத்தைப் பார்த்து அதைப் பல மடங்கு பிரம்மாண்டமாக அச்சு அசலாக அதேபடிக்கு வரைய வேண்டும். மாதவன் சாரம் கட்டி வரைந்தாரா தெரியவில்லை. ஜெமினியின் இந்தி 'சந்திரலேகா'வுக்காக அவர் வரைந்து கொடுத்து பம்பாய்க்கு எடுத்துப் போன பேனரில் கதாநாயகி ராஜகுமாரியின் லோலாக்கு மட்டும் ஆறு அடி உயரம் என்றால் பேனரின் நீள அகலம் மற்றும் உயரத்தைக் கணக்குப் போட்டுக் கொள்ளலாம்.

எஸ்.ராஜத்தின் பாட்டு மாதிரி ஓவியமும் அடக்கமான அழகு கொண்டது. மாதவன் போல் பளிச்சென்ற நிறங்கள் கிடையாது. கண்ணுக்கு இதமான வண்ணங்கள் பெரும்பாலும். வண்ணங்களோடு மனதில் நிற்பது அவர் பிடிவாதமாகக் கடைப்பிடித்த அஜந்தா ஓவியப் பாணி. சாவி பத்திரிகை மலரில் படம் போட கொஞ்சம் பாணியை மாற்றுங்கள் என்று கேட்டபோது மறுத்துவிட்டாராம் இந்த ஓவிய-இசை மேதை. பெரும்பாலும் தீபாவளி மலர்களிலேயே இவர் திறமை வெளிப்பட்டது என்று தோன்றுகிறது. கிட்டத்தட்ட அறுபது தீபாவளிகள்!

ராஜம் இன்னொரு புதுமையும் செய்திருக்கிறார். அமரரான காஞ்சி மூத்த சங்கராச்சாரிய சுவாமிகள், மடத்தில் சிவபூஜை செய்கிற ஓவியத்தை கல்கி தீபாவளி மலருக்காக வரைய ஆரம்பித்தவர் தன் பாணியில் பூஜையில் பிரத்யட்சமான மூன்று தேவியரையும் வரைந்திருக்கிறார். விண்ணுலகத் தேவதைகளை சுலபமாக வரைந்தவர், மண்ணுலக சங்கராச்சாரிய சுவாமிகளின் உருவத்தை அதே பாணியில் வரையத் தயங்கி, மணியம் செல்வத்திடம் ஓவியத்தைக் கொடுத்து பூர்த்தி செய்யச் சொல்லி இருக்கிறார். தலைமுறை இடைவெளி கடந்த இந்த நட்பைச் சொன்னபோது ம.செ நெகிழ்ந்துதான் போனார்.

ஓவியர் சில்பி தத்ரூபம் என்பதின் மறுபெயர். அவருடைய மயிலைக் கற்பகாம்பாள் ஓவியத்தைக் காட்டினார் ம.செ. கோவில் கர்ப்பகிருஹத்தில் போய் நின்றால் கூட இந்த அற்புத தரிசனம் கிடைக்காது என்று பக்தர்களைக் கன்னத்தில் போட்டுக் கொள்ளவைக்கும் நேர்த்தி. இருக்காதா பின்னே? காலையில்

கோவிலுக்குள் போய் வரைய ஆரம்பித்து, உச்சி காலம் முடிந்து கோவிலைப் பூட்டும்போது அவரை உள்ளேயே வைத்துப் பூட்டிப் போய், சாயந்திர பூஜைக்குத் திரும்பத் திறந்தபோது முடிந்த ஓவியமாம் அது. முடித்தாலும் திருப்தி இல்லாமல், கற்பகாம்பாளுக்கு அணிவிக்கும் எல்லா நகைகளையும் ஒரு தடவை வாங்கிப் பார்த்து நுணுக்கமான திருத்தங்கள் செய்து தான் சில்பி ஓவியத்தை முடித்தாராம். மரபு ஓவியத்தில் ஒரு மைல்கல் அவர்.

கோபுலுவைப் பற்றித் தனியாகச் சொல்ல ஏதுமில்லை. அந்தப் பெயரைச் சொன்னாலே நமக்கு ஜெயகாந்தனின் சாரங்கனும், ஹென்றியும், கொத்தமங்கலம் சுப்புவின் சிக்கல் சண்முகசுந்தரமும் தில்லானா மோகனாம்பாளும், வாஷிங்டனில் திருமணக் காட்சிகளும் இன்னும் ஏகமான கோட்டோவியங்களும், வண்ண ஓவியங்களும் நினைவில் வரும். முக்கியமாக அந்தக் கால ஆனந்த விகடன் அட்டைப்பட சிரிப்புத் துணுக்குகள்.

கோபுலு வரைந்த ஆனந்த விகடன் அட்டைப்பட நகைச்சுவை ஓவியத்தை ம.செ காட்டினார். மனதிலேயே நிற்கிறது. 1940-களின் நடுத்தர வர்க்க வீடு. வீட்டு வாண்டுகளுக்கு ‘மாசாந்திர விளக்கெண்ணெய்’ கொடுக்கும் வைபவம். விளக்கெண்ணெய் குடித்த மூன்று குழந்தைகள் விளக்கெண்ணெய் குடித்த மாதிரி மூஞ்சியை வைத்துக்கொண்டு நிற்க, மாட்டேன் என்று அடம் பிடிக்கும் பையனை அம்மா விசிறிக்கட்டையைக் காட்டி மிரட்டுகிறாள். பக்கத்தில் அன்பே உருவான பாட்டி சர்க்கரை டப்பாவோடு நிற்கிறாள். வீட்டுக்கு உள்ளே இன்னொரு அறை. ரெண்டு டைமன்ஷன் படத்தில் எப்படி இந்த மேதை இவ்வளவு ஆழத்தைக் கொண்டு வந்தார்? நம்மால் அந்த உள்ளறையை உணர முடிகிறது. உள்ளறையில் அப்பா எதைப் பற்றியும் கவலைப் படாமல் பேப்பர் படித்துக்கொண்டிருக்கிறார். இனி படத்தில் வரும் மறக்க முடியாத பாத்திரம் - அடுத்து விளக்கெண்ணெய் குடிக்க வரிசையில் நிற்கும் இன்னொரு குட்டிப் பையன். அவன் முகத்தில் தெரியும் கலவரத்தை கோபுலு தவிர வேறே யாராலும் சித்தரிக்க முடியாது.

கோபுலு இன்னும் நம்மிடையே இருக்கிறார் என்பது தமிழ்கூறும் நல்லுலகத்தின் பெரும் பேறு.

'சேர்க்கச் சேர்க்க சிற்பம், எடுக்க எடுக்க ஓவியம்' என்றார் மணியம் செல்வன். சிற்பத்தில் இம்மி இடம்கூட விடாமல் நுணுக்கமாகச் செதுக்கும்போது கிடைக்கும் காட்சி அனுபவத்துக்குக் கொஞ்சமும் குறைந்ததில்லை ஓவியத்தில் அங்கங்கே வெறும் வெளியை அப்படியே விட்டு, கற்பனையில் நிரப்ப வைப்பது. மணியம் இதில் வல்லவர் என்று ம.செ காட்டிய அவருடைய ஓவியங்கள் கூறின.

கல்கியின் பொன்னியின் செல்வன் கதையைக்கூட மறந்து விடலாம். ஆனால், மணியன் வரைந்த பழுவேட்டரையரையும் நந்தினியையும் மறக்க முடியுமா என்ன? அவர் மேல் கல்கிக்கு விசேஷப் பிரியம் இருந்திருக்கிறது. ஓவியக் கல்லூரியில் டிப்ளமா முடித்துவிட்டு ஆறு மாதம் கழித்து கல்கி பத்திரிகையில் வேலைக்குச் சேர்கிறேன் என்று மணியம் சொன்னபோது, கல்கி கேட்டிருக்கிறார் பத்திரிகையில் நீ வேலை பார்க்கப் போறியா, டிப்ளமா வேலை பார்க்கப் போறதா? படிப்பை முடிக்காமலே வேலைக்குச் சேர்ந்த மணியம் அதை ஒரு குறையாகவே கருதினாலும் கல்கி பத்திரிகை வேலையைக் கடைசிவரை ரசித்தே செய்திருக்கிறார். பத்திரிகைப் பெயர், விலை முப்பது காசு முதற்கொண்டு அட்டைப்பட ஓவியத்தோடு கூட வரைந்து எழுத வேண்டியிருந்த காலம் அது.

மேலே சொல்லிய எல்லா ஓவியர்களின் கலைச் சிறப்பையும் உள்வாங்கிக்கொண்டு அடுத்த தலைமுறை ஓவியரான மணியம் செல்வனின் படைப்புகள் மிளிர்கிறதை அவர் சொல்லாமலேயே உணர்ந்துகொள்ளலாம். சிவராத்திரி நேரத்தில் சிவபிரானை கறுப்பு வண்ணத்தில் ஒரு நிழல்போல் தாம் வரைந்த ஓவியத்தை ம.செ. திரையில் காட்டினார். சிவனுக்கு முக்கண்ணோ, மூக்கோ, நாசியோ செவியோ வாயோ எதுவுமில்லை. ஆனாலும் கற்பனையில் நிரப்பிக்கொள்ள சராசரி பத்திரிகை வாசகன் எந்தக் கஷ்டமும் படவில்லை.

ஆனாலும் அந்த ஓவியத்துக்கு உள்ளே ஓவியருக்கே தெரியாத ஒரு ரகசியம் இருக்கிறதாம். இதை மணியம் செல்வனுக்குச் சொன்னவரும் ஒரு வாசகரே.

'படத்தைத் திருப்பிப் பாருங்க சார்' என்றாராம் வாசகர் ஓவியரிடத்தில்.

இதுவும் அதுவும் உதவும்

திரையில் வந்த தன் சிவராத்திரி சிவன் ஓவியத்தைத் தலைகீழாகத் திருப்பிக் காட்டினார் மணியம் செல்வன். அங்கே துல்லியமாக ஒரு வினாயகர் தெரிந்தார். மணியம் செல்வனின் டாவின்சி கோட் இது என்று சந்தேகப்படுகிறவர்கள் அவருடைய மற்ற ஓவியங்களையும் தலைகீழாகப் பார்க்கவோ யோகாசனம் செய்தபடி பார்க்கவோ செய்யும்படி கேட்டுக்கொள்ளப்படுகிறார்கள்.

மேடையில் சுருட்டு

பிரிட்டன் ஸ்காட்லாந்து பகுதியில் நாலு வருடம் முன்னால் திடீரென்று பொது இடத்தில் புகைபிடிக்கத் தடை, மீறி சிகரெட் வலித்தால் சிறை என்று சட்டம் கொண்டு வந்தார்கள். சட்டத்தின் கரங்கள் நீண்டு சினிமா, டிராமாவில் புகைபிடிக்கிற காட்சிகளுக்கும் தடை ஏற்பட்டது. அந்த நேரம் பார்த்து ரெண்டாம் உலகப் போர்க் கால பிரதமர் வின்ஸ்டன் சர்ச்சிலின் வாழ்க்கை வரலாறு அடிப்படையில் எழுதப்பட்ட நாடகம் எடின்பரோ ராயல் லைசியம் அரங்குக்கு வந்தது. மேடையில் சர்ச்சில் வேஷக்காரன் வருவதற்கு முன்பே மேடைக்குக் கீழே போலீஸ் பட்டாளம் தயாராக நிற்கிற காட்சி. சர்ச்சில் ஆச்சே, சுருட்டைக் கொளுத்திப் புகை இழுக்காமல் இருப்பாரா, அப்படி ஊதித் தள்ளும்போது மேடையில் ஏறி அமுக்கிப் பிடித்து உள்ளே தள்ளிவிடலாம் என்று திட்டம். அந்தோ பரிதாபம். நாடக டைரக்டர் கடைசி நிமிடத்தில் ஒரு சின்ன மாற்றத்தைச் செய்துவிட்டார். சர்ச்சில் சுருட்டோடுதான் முக்கால்வாசி காட்சிகளில் தோன்றினார். வாயில் வைத்த சுருட்டை அவர் கொளுத்தவே இல்லை.

இந்தியாவில் டாக்டர் அன்புமணி அமைச்சராக இருந்தபோது இந்த மாதிரித் தடை வந்து இன்னும் அமலில் இருக்கிறது. ஒரு வித்தியாசம். புகைபிடிக்கிற காட்சியில் கீழே பட்டையாக

'புகையால் உடல் நலத்துக்குத் தீங்கு' என்று அரசு வெளியிட்ட எச்சரிக்கையைக் காட்ட வேண்டும்.

'யார் அந்த நிலவு' என்று ஸ்டைலாக நடந்து சிவாஜி கணேசன் புகைபிடித்தபடி பாடி முடிக்கும்வரை இப்போதெல்லாம் கறுப்பு வெளுப்பு படமான 'சாந்தி' பட்டை போட்டு எச்சரிக்கிறது.

ஹெல்த் மினிஸ்டிரியில் இந்தப் பட்டை சமாசாரம் போதாது என்று யாரோ தீர்மானித்திருப்பதால் புதிதாக ஒரு சட்டத் திருத்தம் வரலாம் என்று தெரிகிறது -

புகைபிடிக்கலாம். ஆனால் படம் முடிவதற்கு முன் அப்படிப் புகை பிடித்த கதாபாத்திரம் முப்பது வினாடி புகையின் தீமையைப் பற்றி வசனம் பேச வேண்டும்.

இங்கே மேஜிக்கல் ரியலிசம் எழுத காப்ரியல் கார்சியா மார்க்வே எல்லாம் உந்துசக்தியாக இருக்க வேண்டியதில்லை. சர்க்கார் கெஜட் படித்தாலே போதுமானது.

இதுபற்றி, படைப்பாளியின் கருத்துச் சுதந்திரத்தில் முப்பது செகண்ட் தலையீடு என்று தலை கலைந்த அறிவுஜீவிகள் சொக்கலால் பீடி புகைத்துக்கொண்டு பேசட்டும்.

இருந்தாலும் சில கேள்விகள் எழுவதைத் தவிர்க்க இயலாது.

அது ஏன் படம் முடிவதற்கு முன்னால் முப்பது வினாடி நோ-ஸ்மோக்கிங் சொற்பொழிவு என்று கேட்கவில்லை. முடிந்த அப்புறம் ரசிகர்களை வீட்டுக்குத் துரத்திப் போய் சேதி சொல்வது சிரமம் என்பதால் இருக்கலாம்.

'புகைபிடிக்காதீர்' என்று முப்பது வினாடி பேச ஸ்டாண்டர்ட் ஆக வசனம் ஏதும் கவர்ன்மெண்ட் சப்ளை செய்யுமா? இந்திதான் தேசிய மொழி என்று நாலாகப் பிரியப் போகும் உ.பி. மாநில இந்தி வாலாக்களும், பிகார் பய்யாக்களும் உரக்கச் சொல்கிறார்களே. அதன் பொருட்டு, இந்தியிலும் இந்த வசனத்தைப் பேச வேண்டுமா? வேறு மாநிலங்களில் திரையிடும்போது ஆங்கிலத்திலும் மொழிபெயர்ப்பு இருக்க வேண்டுமா?

படம் முழுக்க பக்பக்கென்று சுருட்டோ ஹூக்காவோ வாயில் பிடித்துப் புகைவிட்டு இருமுகிற வில்லன்களும் ஸ்டைலாக சிகரெட்

குடிக்கிற 'வில்லி'களும் நடுவில் எப்போதாவது இறந்துபோகிற மாதிரி கதை இருந்தால், அப்படி சாவதற்கு முன் உலகத்துக்கு நற்செய்தியை அறிவிக்க வேண்டுமா? 'சிகரெட் குடிக்காதீங்க. அது உடம்புக்குக் கெடுதல். சரி, போய் ஜாக்கியையும் குடும்பத்தையும் சுட்டுப் பொசுக்கிட்டு வாங்க'.

ஒரு படத்தில் நாலு பேர் புகைபிடிக்கிறவர்களாக வந்தால் நாலு பேருமே தலா முப்பது வினாடி புகைக்குப் பகை வசனம் பேச வேண்டுமா? இதில் யார் முதலில் யார் கடைசியில் என்று ஏதாவது கணக்கைப் பின்பற்றவேண்டுமென்று சென்சார் போர்ட் எதிர்பார்க்கிறதா?

1941-ல் வெளிவந்த படத்தை மறுபடியும் திரையிடும்போது இம்மாதிரி முப்பது செகண்ட் பிட்டை எப்படிப் போடுவது? அப்போது இழுக்க இழுக்க இன்பம் என்று திரையில் புகையிலைப் புகையை ஊதியவர்கள் தற்போது ஆவியாகக் கலைந்துபோயிருக்க வாய்ப்பு இருப்பதால், வேறே யாராவது இந்த முப்பது செகண்ட் வசனத்தைப் பேசிச் சேர்க்க முடியுமா? அது பிரதமரோ, உள்துறை அமைச்சரோ, மக்கள் நலத்துறை அமைச்சரோ என்றால் நம்பகத்தன்மை இன்னும் கூடுமா?

ஹாலிவுட் படங்களில் புகைவிடுகிறவர்களை கவர்ன்மெண்ட் செலவிலோ டிஸ்ட்ரிப்யூட்டர் செலவிலோ இங்கே வரவழைத்து முப்பது செகண்ட் சேர்க்கலாமா?

புகைபிடிக்கும் பெண் பாத்திரங்கள் கடைசி முப்பது செகண்டில் மகளிருக்கான அடிஷனல் புகை அபாயமான கர்ப்ப காலத்தில் புகைபிடித்தல் பற்றிப் பேசுவது நல்லதல்லவா? தான் புகை பிடித்ததால்தான் நுரையீரலில் புற்றுநோய் ஏற்பட்டதாக கழுக் மொழுக் என்று இருக்கும் செகண்ட் ஹீரோயினி கூறுவதாக வசனம் வைத்தால் படத்தின் நம்பிக்கைத் தன்மை - அப்படி ஒன்று இருந்தால் பாதிக்கப்படுமா?

புகை வசனத்தில் சிறந்த ஒன்றைத் தேர்ந்தெடுத்து, தேசியத் திரைப்பட விழாப் படங்களுக்கு அவார்ட் வழங்கும்போது கூடுதலாக ஒன்றைச் சேர்த்துக்கொள்ளலாமா? அதைத் தேர்ந்தெடுக்கும் ஜூரிகள் சிகரெட் குடிக்காதவர்களாக இருக்க வேண்டும் என்று கூடுதல் நிபந்தனை விதிக்கலாமா?

இதுவும் அதுவும் உதவும்

முப்பது செகண்ட் வசனம்தான் பேசணும் என்று ஏன் பிடிவாதம்? ரஹ்மான் மியூசிக்கில் ஒரு ஆண்டி ஸ்மோகிங் ஜிங்கிள் அல்லது பிரபுதேவாவோ ராஜு சுந்தரமோ அமைத்த புகைக்காதே நடனம் என்று அமர்க்களப்படுத்தலாமா?

என்ன செய்யணும்? வேணுமானால், ஒரு சிகரெட் கொளுத்தியபடி யோசித்துவிட்டுச் சொல்லலாம்.

சிக்கன விமானம்

மைக்கேல் ஓ'லியரியை விமானப் போக்குவரத்துத் துறையின் துக்ளக் என்று தாராளமாகச் சொல்லலாம். ஐரிஷ்காரர். ஐரிஷ்காரர்களுக்கே உரிய குணநலன்களுக்குச் சொந்தமானவர். இதில் முக்கியமானது, பிரிட்டீஷ்காரர்கள் புனிதமானது என்று மதிக்கிற எல்லாவற்றையும் தூக்கிக் கடாசுகிற துடிதுடிப்பு. இங்கிலீஷ்காரர்கள் உயிரினும் மேலாக மதிக்கிற (மதிக்கிறதாகச் சொல்கிற) மரியாதையாகப் புழங்குவதைக் காலால் மிதித்து விட்டுச் சிரிக்கிற ஐரிஷ் குணம் அது. கடைந்தெடுத்த கருமித்தனம், நாலு காசு சம்பாதிப்பதில் நாட்டம் என்று ஆரம்பித்து பேங்க் பேலன்ஸை அதிகரித்துக்கொண்டே போகிற குணமும் அதில் அடக்கம். தொழிலில் போட்டியை வரவேற்று மற்றவர்கள் தட்டியில் நுழைகிறபோது கோலத்தில் நுழைகிற சாதுரியம் கூட அது. எல்லாவற்றுக்கும் மேல் அபாரமான சென்ஸ் ஆப் ஹியூமர். வரைமுறை இல்லாத கிண்டலும் அதுவே.

விமானப் போக்குவரத்துக்கும் அலாதியான ஐரிஷ் குணச் சித்திரத்துக்கும் இருக்கப்பட்ட நெருக்கம் அதிகமில்லை. விமானப் போக்குவரத்து அமெரிக்க இயந்திரத்தனத்தோடு *24 x 7* இயங்குகிற ஒன்று. அதற்கான சட்ட திட்டங்களும் மரபுகளும் டபுள் நாட் டை கட்டிய பிரிட்டீஷ் கம்பீரத்தோடு இயற்றப்பட்டுக் கைபிடிக்கப் படுகிறவை. தவிரவும், பறக்கிற விமானத்தில் சிரிக்க ஏதுமில்லை.

போன பாராகிராஃபை முழுக்க அடித்துவிட்டு எழுத வைப்பவர்

ஓ'லியரி. ஐரிஷ் விமானப் போக்குவரத்துக் கம்பெனியாகிய ரயான் ஏர் நிறுவனத்தின் தலைவர். சட்டம் என்று ஒன்று இருந்தால் அதை வளைக்கிற நம்ம புத்திசாலித்தனமும் கைவரப் பெற்றவர் ஓ'லியரி. கேட்டால், 'For fuck's sake' என்று ஆரம்பித்துப் பத்திரிகை பேட்டி கொடுக்கிறார். விமானத்தில் என்று இல்லை, ஐரிஷ் தலைநகரான டப்ளினில் டிராபிக் விதிமுறைகளையும் ஒரு கை பார்த்தவர் அவர். பரபரப்பான நகர வீதிகளில் பஸ்ஸும் டாக்சியும் போக ஓரமாக ஒரு தனித் தடம். மீதி வாய்க்காலில் எல்லாம் ஊர்கிற கார்கள். அதில் ஒன்றாகப் பயணப்பட விருப்பம் இல்லாமல் விலையுயர்ந்த தன் காருக்கு டாக்சி லைசன்ஸ் எடுத்து, பஸ்-டாக்சி லேனின் ஹாயாக ஓட்ட ஆரம்பித்ததாக ஒரு இன்டர்நெட் தகவல்.

ரயான் ஏர் கம்பெனிக்குச் சொந்தமானது ஐந்து பத்து இல்லை, முன்னூறு விமானம். அது ஒரு பட்ஜெட் ஏர்லைன்ஸ். ஆகக் குறைந்த கட்டணம். சில நேரங்களில் ரயில் டிக்கட்டைவிட விமான டிக்கெட் குறைவான தொகைக்குக் கிடைக்கும். இப்படிக் குறைந்த கட்டணம் வசூலித்தாலும், நிர்வாகச் செலவில் அங்கே இங்கே மிச்சம் பிடித்து லாபம் பார்ப்பது இப்படியான சிக்கன விமானக் கம்பெனிகளின் தொழில் மூச்சு. இங்கே விஜய் மல்லையாவின் கிங்பிஷர் நிறுவனம் மூச்சுத் திணறிக்கொண்டிருக்கும் பட்ஜெட் ஏர்லைன்ஸுக்கு உதாரணம் என்றால், லாபத்துக்கு மேல் லாபம் வந்து குவியும் பட்ஜெட் விமானக் கம்பெனிக்கு ரயான் ஏர் உதாரணம். அதுவும் ஐரோப்பாவே நிதி நெருக்கடியில் தள்ளாடிக் கொண்டிருக்கும் இந்தக் காலத்திலும்.

லாபம் அதிகமாக அதிகமாக, பெரிய கை போட்டியாளர்களான பிரிட்டீஷ் ஏர்வேஸ், ஸ்விஸ் ஏர் போன்ற பெரிய ஏர்லைன்களை வம்புக்கிழுப்பதில் ஓ'லியரிக்கு விருப்பம் ஏற்பட்டது. பத்திரிகை விளம்பரங்கள் மூலம் அவர்களை சண்டைக்கு இழுத்தார். ரயான் ஏரின் குறைந்த கட்டணத்தைச் சொல்கிற இந்த விளம்பரங்களின் தலைப்பே அதிரடியானது. 'தேவடியாப் பசங்க அதிகக் காசு வாங்கறாங்க'. சொல்லிய விதம் நாகரிகமில்லாதது என்றாலும் சொல்லப்பட்ட விஷயம் உண்மை என்பதால் பெரிய கம்பெனிகள் பொருமி ஜெலூசில் குடிப்பதைத் தவிர வேறேதும் செய்ய முடியாமல் போனது.

ரயான் ஏரில் என்ன மாதிரி எல்லாம் சிக்கனம் கடைப்பிடிக்கப்

படுகிறது? விமானத்தில் பச்சைத் தண்ணீர் தவிர வேறே சாப்பிட, குடிக்க என்ன தேவைப்பட்டாலும் காசு கொடுத்து வாங்க வேண்டிய கட்டாயம் இந்த பட்ஜெட் சேவைகளில் சகஜம். தண்ணீருக்கும் காசு வசூலித்து கோர்ட் தலையிட்டு இலவசமாக அதை மட்டும் தரச் சொல்லி உத்தரவிட்டது இந்தியாவில் சமீபத்தில் நடந்த ஒன்று. ரயான் ஏர் தண்ணீரை இலவசமாகக் கொடுக்கிறதா என்று தெரியவில்லை. ஆனால் ரெட்டை நாடி ஆசாமி யாராவது விமானத்தில் ஏறினால் ரெண்டு டிக்கெட் எடுத்தாகணும் என்று கண்டிப்பாகச் சொல்கிறது அது. ஓ’ரெய்லியின் புரட்சிகரமான நடவடிக்கைகளில் ஒன்று இது.

விமானத்தில் பறக்கிறவர்கள் கொண்டுவரும் பெரிய சைஸ் மூட்டை முடிச்சை எல்லாம் வாங்கி கன்வேயர் பெல்ட்டில் ஓடவிட்டு பிளேனின் வயிற்றில் அடைக்கிற ரெகுலரான செக் இன் எல்லாம் ரயான் ஏரில் கிடையாது. எழும்பூரிலிருந்து மானாமதுரைக்கு செகண்ட் கிளாஸ் திரீ டயர் ஆர்.ஏ.சியில் போகிற மாதிரி சகலமான மூட்டை முடிச்சையும் நாமேதான் விமானம் வரைக்கும் சுமந்து போய் உள்ளே போட வேண்டும். அதிக கனமான பெட்டி படுக்கை என்றால் சிறப்புக் கட்டணம் என்று சொல்ல வேண்டியதில்லை.

வேறு எங்கே இருந்தாவது வந்து சேர வேண்டிய கனெக்டிங் ஃபிளைட் தாமதமாகியோ, போக்குவரத்து நெரிசலில் சிக்கியோ விமானத்தைத் தவறவிட்டால், அடுத்த விமானத்தில் அல்லது அதற்கும் அடுத்த விமானத்தில் இடம் ஒதுக்கித் தருவது விமானக் கம்பெனிகளின் பண்பாடு. சிக்கன சேவை என்றாலும் இதுதான் நடைமுறை. ஓ’லியரி இதையும் உடைத்தார்.

பிளேனைத் தவற விட்டா உன் தப்பு. ரயிலை பஸ்ஸைத் தவற விட்டா வேறே டிக்கெட் எடுத்துப் போறே இல்லே, அதேபோல் இன்னொரு டிக்கட் எடு.

அடாவடியாக ரயான் ஏர் கொண்டு வந்த இந்த வழக்கத்தில் இன்னொரு விசேஷம், தாமதமான கனெக்டிங் ப்ளைட் ரயான் ஏர் விமானமாக இருந்தாலும் தப்பு அதைத் தேர்ந்தெடுத்த பயணி மேல்தான். இன்னொரு டிக்கட் எடுத்தாக வேண்டும்.

நடக்க முடியாதவர்கள், வயசானவர்களுக்காகத் தள்ளுவண்டிகளை

இதுவும் அதுவும் உதவும்

ரயான் ஏர் தராது. அது விமான நிலையம் அளிக்க வேண்டிய வசதி என்று வாதாடினார் அவர். கோர்ட் தலையிட்டு ஏர்லைன்ஸும், ஏர்போர்ட்டும் ஃபிப்டி ஃபிப்டி சமவிகிதத்தில் இப்படியான செலவினங்களைப் பகிர்ந்துகொள்ள உத்தரவானது.

ஓ'லியரி இதோடு நிறுத்தவில்லை. பஸ் மாதிரி மேலே விமானக் கூரையில் உருட்டுக் குழாய் நீள வைத்து அதைப் பிடித்துத் தொங்கியபடி நின்றுகொண்டு முழுப் பயணத்தையும் நடத்தவும் வழிசெய்தார். இதற்கு வரவேற்பு இருந்ததா என்பது வேறு விஷயம். பாதுகாப்பு கருதி உட்கார்ந்த நிலையில் மட்டும் விமானப் பயணம் என்று உலக அளவில் ஏற்றுக்கொள்ளப்பட்ட ஒரு நடைமுறையை உடைத்த தைரியம் அவருடையது. அரை மணி நேரம் ஒரு மணி நேரம் நிற்க எல்லாம் அஞ்சக் கூடாது என்ற ஐரிஷ் மனநிலை நம்ம ஊருக்கும் பொருந்தும்.

இதெல்லாம் போதாதென்று அவர் அறிவித்த இன்னொரு அதிரடி திட்டம், விமான டாய்லெட்டைக் கட்டணக் கழிப்பிடமாக்குவது. காசு போட்டால்தான் கழிப்பறைக் கதவு திறக்கும். இப்படியும் உண்டா வானத்தில் அட்டூழியம் என்று பிரயாணிகள் பொங்கி வழிந்தாலும், அற்பமான கட்டணத்தில் ஐரோப்பாவில் எங்கே இருந்து எங்கே வேண்டுமானாலும் போக ரயான் ஏர் வழி செய்வதைப் பார்த்து அமைதியாகச் சகித்துக்கொள்ளவும் தயாரானார்கள். கட்டணக் கழிப்பறை வேண்டாம் என்றால் மாற்றுத் திட்டமும் ஓ'லியரி கைவசம் உண்டு. மூன்று டாய்லெட் உள்ள விமானத்தில் ரெண்டை அகற்றிவிட்டு அங்கேயும் நாலு நாலாக எட்டு அதிக இருக்கைகளைப் போடுவது அது.

ஓ'லியரி புதிதாக அறிமுகப்படுத்தும் திட்டம் விமானப் பயணத்தின் போது காசு வாங்கிக்கொண்டு நீலப்படம் காட்டுவது. இன்டர்நெட்டில் மஞ்சள், நீல தளங்களுக்கு ஆகாயத்தில் பறந்த படியே சஞ்சரிக்க வழிசெய்து கல்லாவை நிரப்புவதும் இதில் அடக்கம். பலான சைட்டுக்குப் போய் அசட்டுச் சிரிப்போடு இருக்கப்பட்டவனை எதிர் சீட்டில் குல மாதரோ குழந்தையோ பார்க்க நேர்ந்தால்? ஓ'லியரிக்கு அதொண்ணும் பெரிய விஷயம் இல்லை. அப்படியே தலையைக் குனிந்துகொண்டு நடந்து காசு போட்டு, கழிப்பறைக் கதவைத் திறந்து உள்ளே போய்விட வேண்டியதுதான்.

விழா

கடந்த ஞாயிறு சென்னை மற்றும் தமிழ்நாடெங்கும் சினிமா போஸ்டர்களை விட அதிகமான அளவில் ஒட்டப்பட்டு, கவனத்தை ஈர்த்தவை பேராசிரியர் ஞானசம்பந்தனின் ஐந்து நூல்கள் வெளியீட்டு விழா சுவரொட்டிகள். என் வீட்டு வாசலுக்கு நேர் எதிரே காலையில் தென்பட்ட போஸ்டரில் கமல் ஹாசன் ஒரு பக்கமும் ஞானசம்பந்தன் இன்னொரு பக்கமும் புகைப்படங்களில் சிரித்தபடி காட்சியளிக்க புரபசரை விளித்த போது சொன்னது இது.

அதை ஏன் கேக்கறீங்க. திண்டுக்கல்லே இருந்து ஒருத்தர் போன் செய்து கரிசனமா விசாரிக்கறார் ஏங்க, பஸ் ஸ்டாண்ட்லே போஸ்டர் பாத்தேன். கமல் சார் எடுக்கற 'ஐந்து நூல்கள்' படத்திலே நடிக்கறீங்களாமே?

அவை நிரம்பி வழிய நடந்த புத்தக வெளியீட்டு விழாவில் சிறப்பு விருந்தினரான கமல்ஹாசன் கிட்டத்தட்ட நாலு மணி நேரம் பொறுமையாக மற்றவர்கள் பேசி முடிக்க புன்னகை மாறாமல் காத்திருந்தார். நடுவே கோரிக்கை விடுக்கப்பட்ட போதெல்லாம் எழுந்து நின்று கிருஷ்ண பரமாத்மாவாக ஒரு நூற்றுச் சொச்சம் பேருக்காவது பொன்னாடை போர்த்தியதும் அந்தப் பொறுமையில் ஒரு பகுதி.

எல்லா வேடமும் சினிமாவில் போடும்போது ஆத்திகனாக வேடமிட்டால் என்ன என்று நினைத்து அப்படியும் வந்தேன். நான் குள்ளனாக நடித்தேன். ஆனால் குள்ளன் இல்லை.

கமல் முத்தாய்ப்பாக முடிக்க, பிட்டி தியாகராஜா அரங்கத்தில் கொட்டி முழக்கிய கைதட்டு ஓயவில்லை.

வீட்டுலே நல்ல காரியம் நடக்கிறபோது எங்க தெக்கத்தி ஆளுங்க நிறைய மருவாத எதிர்பார்ப்பாக. நகரத்தார் வீட்டுக் கல்யாணம்னா, வீட்டு வாசல்லே நின்னு, வர்ற விருந்தாளிகளை ஒரு குஞ்சு குளுவான் விடாமப் பார்த்து ‘வாங்க’ன்னு வரவேற்க வேண்டியது கட்டாயம். பத்துப் பேர் மடோடார் வேன் வச்சுட்டு வந்து இறங்கி சடபுடன்னு உள்ளே வந்தா, எண்ணி பத்து ‘வாங்க’ சொல்லியே ஆகணும். அது மட்டுமில்லே, அந்த வாங்க வரவு வச்சுக்கப்படுதான்னும் கவனிக்கணும். அதாவது வந்தவர் ‘வாங்க’வைக் கேட்டதும், ‘ஆமா’ன்னு சொல்லணும். *welcoming acknowledged*-ன்னு அர்த்தம். ‘ஆமா’ வராதவரைக்கும் ‘வாங்க’வை ரிபீட் செஞ்சாகணும்.

சிவகங்கை, பரமக்குடி, இளையான்குடி இன்னபிற பகுதிகளிலே காதுகுத்துக் கல்யாணம்னாலும், பத்திரிகை அடிக்கும்போது ‘உங்கள் வரவை அன்போடு எதிர்பார்க்கும்’னு கீழே போட்டு, சொந்த பந்தம் பட்டியல் கட்டாயம் இருந்தாகணும். சில பேர் ‘அன்போடு வரவேற்கும்’ பின்னிணைப்பா, ஓட்டர் லிஸ்டையே சேர்த்திருப்பாங்க.

சரியா ப்ரூஃப் பார்த்து அச்சுப் போடறதுக்குள்ளே பிரஸ்காரங்க தவிச்சுத் தடுமாறி ஊருணித் தண்ணி குடிச்சுடுவாங்க. ஒரு பெயர் விட்டுப் போனாக்கூட பெருங் கஷ்டம் . கல்யாணப் பத்திரிகை பிரிண்ட் செஞ்ச கையோட, கருமாதிப் பத்திரிகையும் அச்சடிக்க வேண்டி வரும். பின்னே, குத்துப்பழி வெட்டுப்பழி ஆகிடும்லே.

ஞானசம்பந்தன் விழாவிலே எங்க மக்களுக்கே உரிய அவரோட தெக்கத்தி ஜாக்கிரதை தெரிஞ்சுது.

சிரியோ சிரி

ஸ்டீவ் ஜாப்ஸ் இறந்துபோனாலும் ஆப்பிள் கம்ப்யூட்டர் கம்பெனி இறங்குமுகமாக இல்லாமல் சதா ஏறுமுகமாக இருப்பது உண்மை. கிறிஸ்துமஸ் பரிசுப் பொருள் விற்பனையில் ஆப்பிள் ஐபோன், ஐபேட் அயிட்டங்கள் பிய்த்துக்கொண்டு போகின்றதாகக் கேள்வி. முக்கியமாக ஐ-போன் நாலு எஸ். காரணம் சொன்னால் சிரி. அதாவது *SIRI*. சிரி தெரியாதவர்களுக்காக அடுத்த சில வரிகள்.

சிரி ஒரு சாப்ட்வேர் அப்ளிகேஷன். உற்பத்தி செய்யும்போதே ஐபோனில் இறக்கிப் பொட்டலம் கட்டிக் கொடுக்கிற இந்த மென்பொருள் ஒரு பெர்சனல் செக்ரட்டரி. ஒரு அதிகாரி தலையால் இடுகிற எல்லா வேலையையும் இடுப்பால் செய்கிற காரியதரிசி போல இயங்குவது இது. ஐபோனைக் கையில் பிடித்துக் கொண்டு பெர்லின் நகரத்தில் ஒரு ஃபைவ் ஸ்டார் ஓட்டலில் இந்தத் தேதிக்கு ரூம் போடு என்று உத்தரவிட்டால் போதும். குரலை அறிந்துகொள்ள வாய்ஸ் ரெகக்னிஷன். புரிந்துகொள்ளத் தேவையான நேச்சுரல் லேங்குவேஜ் பிராசசிங் ஆன கம்ப்யூட்டர் புத்திசாலித்தனம். புரிந்துகொண்ட அடுத்த நொடியில் பெர்லின் நகரத்து ஓட்டல் முகவரிகளை இணையத்தில் தேடவும், தொடர்பு கொள்ளவும், ஆன்லைனில் அறை ரிசர்வ் செய்யவும், கிரடிட் கார்டு மூலம் தொகை செலுத்தவும், ரிசர்வேஷன் உறுதியானதும் அதை இனிமையான குரலில் அறிவிக்கவும் திறமை உள்ள செக்ரட்டரி

இதுவும் அதுவும் உதவும்

இந்த சிரி. பெண். இடம், பொருள், ஏவல் அறிந்து நேர்த்தியாக சேவை செய்கிற புத்திசாலிப் பெண்.

சிரியின் புத்திசாலித்தனத்தை வாஷிங்டன் போஸ்டில் இருந்து மாம்பலம் டைம்ஸ் வரை பத்திரிகைகள் சொல்லிச் சொல்லி மாய்ந்துபோகின்றன. எந்தக் கேள்வியைக் கேட்டாலும் சாதுரியமாகப் பதில் சொல்கிறாள். இலக்கியம், வரலாறு, பூகோளம், அறிவியல், அரசியல் எல்லாம் அத்துப்படி.

வாழ்க்கையின் பொருள் என்ன என்று தத்துவார்த்தமாகக் கேட்டால், 'எல்லோரிடமும் அன்பாக இருங்க. நல்ல புத்தகமாப் படியுங்க. கொழுப்பு இல்லாத ஆகாரம் சாப்பிடுங்க' என்று கரிசனமான பதில் வருகிறது.

'நான் குடிச்சிருக்கேன்' என்று புலம்பினால், 'நீ இப்போ இருக்கற இடத்துக்குப் பக்கம் நாலைஞ்சு டாக்சி இருக்கு. ஒண்ணை ஏற்பாடு செய்யறேன். ஏறிப் போ' என்று அன்போடு சொல்கிற புத்திசாலித் தோழி இவள்.

சாயந்திரம் ஐந்து மணிக்கு டாக்டரைச் சந்திக்கணும் என்று சொன்னதும், குறித்துக்கொண்டு எஸ் பாஸ் சொல்கிற சிரியிடம், 'இதை நான் ஆபீஸ் போய்ச் சேர்ந்ததும் ஞாபகப்படுத்து' என்று அடுத்த உத்தரவு. ஆபீஸ் வந்து சேர்ந்ததைத் தொலைத்தொடர்பு மூலம் புரிந்துகொண்டு நினைவுபடுத்த சிரி மறப்பதில்லை.

இன்னாருக்கு ஈமெயில் அனுப்பு என்று சொல்லிவிட்டு, போனைக் கையில் பிடித்துக்கொண்டு என்ன சமாசாரம் மின் அஞ்சலாகப் போகவேண்டும் என்பதைப் பேசினால், சிரி பேச்சை எழுத்தாக மாற்றி ஈமெயில் அனுப்புவது உடனுக்குடன்.

கொஞ்சம் இயந்திரத்தனமான வெறும் புத்திசாலித்தனமும் உண்டு. 'ஒரு பேங்கைக் கொள்ளை அடிக்கணும்னு ஆசை ஆசையா இருக்கு' என்று சொன்னால், நீ நிக்கற இடத்துக்குப் பக்கம் இந்த வங்கிக்கிளை இருக்கு என்று வரைபடம் வரைந்து வழிசொல்கிற வெகுளித்தனம் அது. இல்லை, நக்கலா?

நீ ரொம்பப் புத்திசாலிப் பொண்ணு என்று சிரியிடம் வழிந்தால், 'சும்மா இரு. மத்த மொபைல் போன் எது கிட்டேயாவது இப்படிச் சொல்வியா?' என்று செல்லமாகக் கண்டிக்கிறாள். கெட்ட வார்த்தை சொன்னால், சீ என்று வெறுப்பை உமிழ்கிறாள்.

ஆப்பிள் கம்பெனி சிரிப் பெண்ணுக்கு முகமும் உடம்பும் கொடுக்காமல் விட்டது நல்லதுக்குத்தான். கொடுத்திருந்தால் உலகம் முழுதும் நீதிமன்றங்களில் பாலியல் வன்முறை வழக்குகள் விசாரணைக்கு வந்திருக்கும் -சட்டம் இடம் கொடுத்தால். இயந்திரம் மனிதன் மேல் பதிவு செய்யும் வழக்கு அவையெல்லாம். அழகான புத்திசாலியான ஆயுசுக்கும் அடிமையான பெண்ணைக் காமுறும் உலக ஆண்-இயத்தின் விளைவாக இருக்கும். நீதிபதிகளும் சிரி பயன்படுத்துகிறவர்களாக இருந்தால் என்ன செய்யலாம்? சிரியையே கேட்டுப் பார்க்க வேண்டியதுதான்.

வார பலன்
2011

கிரேசியோடு ஒரு சாயங்காலம்

'மார்க்கண்டேயனாக இரு'. மகாவிஷ்ணுதான் வாழ்த்தினார். ஒரு சேஞ்சுக்காக மகாதேவனுக்குப் பதிலாக என்ட்ரி கொடுத்தாராம். நேரிலேயே வந்து ஆசி மழை பொழிந்திருப்பார்தான். ஆனாலும், கிராபிக்ஸ் கலக்காத எந்திரனாக வராத பட்சத்தில் மகாவிஷ்ணுவுக்கும் நம்பகத்தன்மை அடிவாங்கி விடக் கூடும்.

ஆகவே திருமால் அந்த வாழ்த்தை கிரேசி மோகன் வாயிலாக வழங்கினார். மோகன், ஒரு வத்தலக்குண்டு தளிர் வெற்றிலையைச் செல்லமாக மடியில் வைத்து ஈரம் போகத் துடைத்து அதற்கு வலிக்கவில்லை என்று உறுதிசெய்துகொண்டு மெதுவாகச் சுருட்டி வாயில் இட்டு மென்றபடி 'மாது' என்றார். எழுதினார்.

மாது பாலாஜி கடந்த முப்பத்தைந்து வருடமாகத் தன் இருபத்தைந்தாம் வயதிலேயே இளைஞனாக நின்று கொண்டிருக்கிறார். நான் வாணி மகால் போன ஞாயிற்றுக்கிழமை சாயந்திரம் ஆறரை மணிக்கு மாது அரங்க வாசலில் நிற்கவில்லை. பரபரப்பாக அங்கேயும் இங்கேயும் நடந்துகொண்டிருக்கிறார். இன்னும் அரை மணி நேரத்தில் அங்கே 427 தடவையாக சாக்லெட் கிருஷ்ணாவதாரம் நடக்க இருக்கிறது.

'என்ன மாது, ஏதாவது பிரச்சனையா?'

இதுவும் அதுவும் உதவும்

நான் பதற்றத்தோடு விசாரிக்கிறேன். கிருஷ்ணன் புல்லாங்குழலை யாராவது கிளப்பிக்கொண்டு போய்விட்டார்களா? இல்லை, மோகனையே ஆள் வைத்து அல் க்வய்தா கடத்தி ஆப்கானிஸ்தான் கொண்டுபோனதாகச் செய்தியா?

"ஸ்கோர் என்ன தெரியுமா?"

மாது பாலாஜி கவலையோடு கேட்கிறார்.

ஊஹூம். கால்பந்து, வெங்காய விலை, தமிழ்க் கவிதை, தாலிபான், மூக்கடைப்பு மருந்து, பைனான்ஸ், கம்ப்யூட்டர், ப்ராஜக்ட் மேனேஜ்மென்ட் இன்னோரன்ன விவரங்கள் இவ்விடம் கிடைக்கும். கிரிக்கெட்டுக்கும் எனக்கும் ஏழரையாவது பொருத்தம்.

'கூகிள்லே சர்ச் பண்ணி சொல்லட்டா?' நான் ஆதரவாக விசாரிக்கிறேன். ரங்கநாதன் தெரு மக்கள் வெள்ளத்தில் மனைவி தொலைந்துபோனால் கூட ஒரு வினாடி சந்தோஷப்பட்டு விட்டு, அடுத்த வினாடி கூகிளில் தேட லேப்டாப்பை எடுக்கிற பொட்டிக்காரங்க நாமெல்லாம்.

மாது டென்ஷனாகி, 'சார், நீங்க போய் முன்னாலே உட்கார்ந்து நாடகம் பாருங்க' என்று முதுகை இந்திர தனுசாக்கி ஜப்பானிய நமஸ்காரமே செய்கிறார் .

'இல்லே பாலாஜி, நான் பின்னாலே உட்கார்ந்து பார்க்கத்தான் வந்திருக்கேன்.'

'பின்னாலே இருந்து பார்த்தா எங்க முதுகு, தலலயிலே சொட்டைதானே தெரியும். பரவாயில்லையா?'

'அட்ஜஸ்ட் பண்ணிக்கறேன்' என்றபடி மாடிப்படி ஏறுகிறேன். நாடகம் பார்க்க ரசிகர்கள் கலகலப்பாக அரங்கத்துக்குள் நுழைந்து கொண்டிருக்கிறார்கள்.

மோகன் பாலாஜி படம் போட்ட சாக்லெட் கிருஷ்ணா போஸ்டரைப் பார்த்தே சிரிப்பு வந்துவிடும். அந்த அளவு கிரேசி நகைச்சுவை மருந்து கொடுத்துப் பழக்கப்படுத்திவிட்டார். அழ அழச் சொல்லி மூட் அவுட் ஆக்காமல், சிரிக்கச் சிரிக்கச் சொல்லிச் சிந்திக்க வைக்கிற பாணி அவருடையது. சக்ஸஸ் ஆனது.

"நீங்களும் நடிக்கப் போறீங்களா? வாங்க வாங்க."

பலமான சிரிப்போடு என் தோளில் யாரோ தட்டுகிறார்கள். திரும்பிப் பார்க்கிறேன். அப்பா ரமேஷ். ரமேஷ் கூடவே இரண்டு இளைஞர்கள்.

'நாங்க உங்க விசிறிகள் சார். உங்க வாய்ஸ் ஸ்டேஜ்லே ரொம்ப ஹோம்லி. ஆரம்பத்திலே நாடகம் அனௌன்ஸ்மெண்ட் பண்ணும்போது கம்பீரமா இருக்கும். நான் உங்க டீம் அமெரிக்கா வந்தபோது தவறாம உங்களுக்காகவே வந்துடுவேன்'.

ரெண்டில் ஒரு இளைஞர் சொல்ல ரமேஷ் சிரிக்கிறார்.

'எல்லாப் பெருமையும் எங்க டீமுக்குத்தான்'.

வங்கி அதிகாரியாக இருந்து ஓய்வு பெற்றவர். அங்கே வாங்கிய ப்ரமோஷன் போல் நாடக அரங்கிலும் பதவி உயர்வு கிடைத்தவர். பாலாஜி சேட்டனாக பாலக்காட்டுக்கு உத்தியோக நிமித்தம் போக வேண்டி வந்தபோது (அவரும் வங்கி அதிகாரிதான்) ரமேஷ்தான் மாது. பாலாஜி திரும்பி வந்ததும் சட்டென்று அப்பா ராமானுஜம் ரோலுக்கு தானே ப்ரமோஷன் வாங்கிக் கொண்டுவிட்டார் ரமேஷ்.

'தலைமுடி கூட ரோலுக்குத் தகுந்தபடி தன்னாலேயே உதிர்ந்து ஓவர்நைட் சொட்டையாப் போச்சுன்னா பார்த்துக்குங்க'. ரமேஷ் தலையைத் தடவிக்கொள்கிறார்.

'ஆமா, அதுக்கு முந்தி கேசவர்த்தினி அட்வர்டைஸ்மெண்ட் மாடலா இருந்தான்'.

மாது பாலாஜி படியேறி மேலே வந்தபடி ரமேஷை ஓட்டுகிறார்.

'இவர் எம்.ஜி.ஆர். கூட சினிமாவிலே நடிச்சிருக்கார் தெரியுமா?'

'என்னது? எம்.ஜி.ஆருக்கு அப்பாவா?'

'ஊஹூம். ஆனந்த ஜோதி படத்திலே எம்.ஜி.ஆர் ட்ரில் மாஸ்டர். நான் ஸ்டூடண்ட். நானும் அவரும் மட்டும் பேசிக்கற காட்சி கூட இருக்கு. சிடி கிடைச்சா பாருங்க'.

மூலைக்கடையில் ஹொன்னப்ப பாகவதர், கெம்பராஜ் அர்ஸ் சினிமா சிடியே இன்னிக்குச் சொன்னால் நாளைக்கு டெலிவரி. ஆனந்த ஜோதிக்கு அலையவே வேண்டாம். என்ன, கவனிக்காவிட்டால் நடுவிலே பிட்டு போட்டு ஸ்பெஷல் மசாலா

கொடுத்து விடுவான். அதுவும் சுவாரசியம் தான்.

'ஆனந்த ஜோதி கமல் குழந்தை நட்சத்திரமா நடிச்ச படமாச்சே?'

'ஆமா, நாங்க ஒண்ணாத்தான் நடிச்சோம். கமல் ஞாபகம் வச்சிருப்பார்.'

ரமேஷ் மாடி வளைவில் முதல் படியில் நிற்கிறார். அடுத்து நான். பாலாஜி.

நேரே திறக்கிற கதவு கிரீன் ரூம் என்ற ஒப்பனை அறையில்.

பாதி மோகனாகவும் மீதி கிருஷ்ணனாகவும் ஒப்பனை நாற்காலியில் உட்கார்ந்து கிருஷ்ணன் தலைமுடிக்காகக் காத்திருக்கிறார் மோகன். கை மொபைலில் சுறுசுறுப்பாக எஸ்.எம்.எஸ். அடித்துக் கொண்டிருக்கிறது.

என்ன வெண்பா? கேட்பதற்குள் என் மொபைலில் வந்து சேர்ந்திருக்கிறது. காளிதாசனின் வடமொழிக் காவியமான குமாரசம்பவத்தைத் தமிழில் மொழிபெயர்த்துத் தூங்குகிற, சாப்பிடுகிற, மேடையில், ஷூட்டிங்கில் தோன்றுகிற நேரம் போக அடித்துத் தள்ளிக்கொண்டிருக்கிறார்.

கிட்டத்தட்ட முடித்துவிட்டார். கடைசி அத்தியாயம் தமிழில் மொழிபெயர்க்கப்படாதது. அதை என்ன செய்யப் போறீங்க?

மோகனைக் கேட்டேன்.

ஆமா, காம தகனம் முடிந்து பார்வதி பரமசிவன் கல்யாணம் ஆன பிற்பாடு குமரன் அவதரிக்கிறதில் காளிதாசன் சுபம் போடறார். கடைசி சீன்லே சிற்றின்பம் ஒரு சிட்டிகை தூக்கல். அதான் மொழிபெயர்க்கத் தயங்கறாங்க போல இருக்கு. நான் எழுதிடலாமான்னு பார்க்கறேன்.

அட்டகாசமா மொழிபெயர்த்துடுங்க. எனக்கும் அப்பப்போ அனுப்பிடணும், ஆமா.

இல்லே, இல்லே. புதுசாக் கல்யாணம் ஆன தம்பதிகளோட ஊடல், சமாதானம், சந்தோஷம் இப்படி நம்ம கற்பனைப்படி அதை எழுதிடலாமான்னு யோசனை.

குமாரசம்பவம் வெளியாகும்போது கட்டாயம் அந்தக் கடைசி

அத்தியாயத்தை மறுபடி வாசிக்க வேண்டும். சிவனும் சக்தியும் கிரேசியின் சரவெடி நகைச்சுவை உதிர்த்திருப்பார்கள்.

விக்கைக் கவுத்துடலாமா.

மேடை நிர்வாகம் செய்யும் ஸ்டேஜ் டைரக்டர் ஏ.ஆர்.எஸ் என்ற ஏ.ஆர்.சீனிவாசன் கவனத்தோடு கேட்கிறார். அவர் இல்லாமல் மேடையில் ஒரு துரும்பும் அசைவதில்லை. அவரும் நாடகத்தில் அவ்வப்போது தலைகாட்டுகிற நண்பர்தான்.

முப்பத்து நாலு வருஷமா நண்பன். அதே முப்பத்து நாலு வருஷமா ப்ராபர்ட்டி இன்சார்ஜ். அன்னிக்கு வாங்கின ஒரு கர்ச்சீப் கூட காணாமப் போனதில்லை.

பக்கத்தில் நிற்கிற ஒரு வயதான பாட்டி சொல்கிறார். நிமிர்ந்து பார்க்கிறேன். அட, நம்ம சுந்தர்ராஜன். இன்னொரு கிரேசி டீம் நண்பர்.

வெள்ளை முடி. மடிசார் புடவை.

இதையும் முடிஞ்சதும் பிடுங்கிட்டுப் போய்டுவார். ஒரு நிமிஷம் தாமதிச்சா திரௌபதி வஸ்திராபரணம்தான்.

சுந்தர்ராஜன் மடிசார் கட்ட வசதியாக ஒன்பது கஜப் புடவை மூன்று வைத்திருக்கிறாராம். நாடகத்தில் மூன்று தடவை புடவை மாற்ற வேண்டி வருமாம்.

மடிசார் கட்டிக்கறதிலே கின்னஸ் ரிக்கார்ட் இவன். ரெண்டு நிமிஷத்துலே கச்சிதமாக் கட்டிண்டுடுவான். வீட்டுக்காரியோட சண்டை வந்தா ஒரு முஸ்தீபா அடுத்த நிமிஷமே மாமியார் வேஷம் கட்டிடுவான். ஜயிக்கறானோ தோக்கறானோ அது தெரியாது.

மோகன் கண்ணாடியில் பார்த்தபடி என்னிடம் சொல்கிறார். சுந்தர்ராஜன் மடிசார் கட்டிய மோனாலிசாவாக மர்மப் புன்னகை செய்கிறார்.

நிஜமாவே ரெண்டு நிமிஷத்துலே மடிசார் புடவை கட்டிப்பீங்களா?

சுந்தர்ராஜனைக் கேட்கிறேன்.

நான் நம்பவில்லை. மடிசார் புடவையை அளவு பார்த்து அங்கங்கே மடித்துத் தைத்து வைத்திருப்பார்கள். பேண்ட் போட்டுக்கொள்வது

இதுவும் அதுவும் உதவும்

போல் காலை உள்ளே நுழைத்தால் புடவை இடுப்பேறிவிடும். தமிழ் சினிமாவில் இருந்து நாடக மேடைவரை இதுதான் டெக்னிக்.

'நெவர். இல்லை. அப்சல்யூட்லி நெவர். இல்லவே இல்லை...'

சுந்தர்ராஜனுக்கு மேஜராக ரோஷம் பொத்துக்கொண்டு வந்து விட்டது.

'என்ன பெட்டு?' நான் விடாமல் பிடிக்கிறேன்.

'அவுத்துட்டுக் கட்டிக் காட்டட்டுமா?'

இடுப்பில் கையை வைத்தபடி கேட்டார்.

வேணாம் என்று அவசரமாக மறுத்தேன். கிருஷ்ண பக்தர். தினசரி ஒரு கவிதை எழுதி எனக்கு ஈ-மெயில் அனுப்புகிறவர். அதையும் ரெண்டு நிமிஷத்தில் எழுதுவாரா தெரியலை.

மோகன் கையிலும் மார்பிலும் பளபளப்பான ஆபரணங்கள் ரொம்ப ஜாக்கிரதையாக ஏ.ஆர்.எஸ். எடுத்துக் கொடுக்க மாட்டப் படுகின்றன.

நகை நட்டெல்லாம் பரதநாட்டியத்துக்கு அணிவிக்கிறதா?

நான் கேட்கிறேன்.

நகை மட்டும்தான். நட்டு எதுவும் கிடையாது. இருந்தா அது வேறே இருந்தா திரும்பி வர்ற வரைக்கும் ஏ.ஆர்.எஸ். குடஞ்சு தள்ளிடுவான்.

அப்பா ரமேஷ் படு சீரியஸாக முகத்தை வைத்துக் கொண்டு சொல்கிறார். அவருக்கு எட்டு முழ வேட்டி, ஜிப்பா மாட்டினால் வேஷம் ஓவர். கொடுத்து வைத்தவர். அவர் மட்டும் இல்லை. மோகனையும் பாட்டி சுந்தர்ராஜனையும் தவிர நாடகத்தில் வேறே எல்லோருக்கும் மினிமம் மேக் அப்தான்.

விக்கை வச்சுடலாம்.

சொத்துக்கார ஏ.ஆர்.எஸ். திரும்ப ஞாபகப்படுத்த, 'இருடா, இன்னொரு தடவை வெத்தலை போட்டு உமிஞ்சுட்டு, தெம்பா ஒரு கப் காப்பி குடிச்சுட்டு வந்துடறேன்' என்று நழுவுகிறார்.

தலையில் விக் வைப்பதற்கும் வாயில் வெற்றிலை போடுவதற்கும் என்ன சம்பந்தம்?

யாருக்குத் தெரியும்? மோகன் சொன்னால் சொன்னதுதான்.

அப்படியா? கிடையாது என்பதுதான் உண்மை.

இன்னும் ஒரு தடவை சொல்லிப் பார்ப்பார் ஏ.ஆர்.எஸ். கிரேசி இழுத்தடித்தால் வலுக்கட்டாயமாக விக் தலையில் கவிழ்க்கப்படும். கையில் புல்லாங்குழல் திணிக்கப்பட்டு, கிரீடம் சடாரி போல் தலையில் அழுத்தமாகச் சாதிக்கப்பட, மோகனை மேடையில் தள்ளிவிட்டுவிடுவார்கள்.

நண்பர் வட்டமே நாடகக் குழுவும் ஆனதால் எல்லோருக்கும் எல்லா உரிமையும் உண்டு.

பிரேயர் ஆரம்பிச்சுடலாமா?

அப்பா ரமேஷ் அலைபாய்கிறார்.

இருடா, இன்னும் அஞ்சு நிமிஷம் இருக்கு. அதுக்குள்ளே திரையைத் தூக்கினா நீ மட்டும்தான் அங்கே உலாத்திண்டு இருப்பே.

மோகன் மஞ்சள் பட்டு வேஷ்டியை இடுப்பில் இறுக்கிக்கொண்டு அவசரமாகச் சொல்கிறார். இவங்களை இப்படியே விட்டா இன்னொரு தடவை வெற்றிலை போட சான்ஸ் கிடைக்காது.

மத்த நாடகம்னா நான் பாட்டுக்கு நிம்மதியா பத்து சீன் முடிஞ்சுதான் சபாவுக்கே வருவேன். இங்கே ரெண்டாம் சீன்லேயே ஸ்டேஜ்லே வந்தாக வேண்டியிருக்கு.

பத்து சீன் கழித்து வந்தால் இன்னும் பாதி வெற்றிலைக் கொடிக்கால் இலை உதிர்த்திருக்கும். என்றாலும் கவலை இல்லை. எந்த ராஜா எந்தப் பட்டணம் போனாலும், மாது பாலாஜி திரையைத் தூக்கியதும் டாணென்று ஆஜராகிவிடுவார். அவர் ராசி, தொடக்கம் முதல் கடைசி சீன் முடிந்து ஏ.ஆர். எஸ். அவருடைய டீ ஷர்ட்டை வலுக்கட்டாயமாகப் பிடுங்குகிறவரையில் அவர் மாதுதான்.

வெத்திலை பாக்கு இருக்கட்டும், வேறே காரணத்துக்காக ட்ராமா தொடங்கறதைத் தாமதிக்க வேண்டி வந்திருக்கா?

ஞாயித்துக்கிழமை மத்தியானம் டிராமா. சாப்பிட்டதும் தூக்கம் கண்ணைச் சுத்திண்டு வரும். சுந்தர்ராஜன் சுகமாத் தூங்கிடுவான்.

இவன் பாட்டி இல்லே. வாட்டி வதைக்கற வப்பாட்டி. எழுப்பி கூட்டிண்டு வந்தாகணும். இவனைன்னு இல்லை. அப்பப்ப இந்தப் பசங்க அத்தனை பேரையும்தான். ஒவ்வொருத்தரும் வந்து சேர்ற வரைக்கும் வாசலையே பார்த்துட்டு இருக்கணும். ஆனாலும் எப்படியோ எல்லா கிரகமும் ஒண்ணா சேர்ந்திடும் பெருமாள் புண்ணியத்திலே.

பாலாஜி சொல்கிறார். கிரிக்கெட் ஸ்கோர் அப்டேட் ஆன சந்தோஷம் முகத்தில்.

ஆனந்தமாக வெற்றிலை பாக்கு போட்டு முடித்து அந்தச் சுவையை அனுபவித்தபடி, "ழிக் ழைடா" என்று மோகன் அன்புக் கட்டளையிட கிருஷ்ணர் ரெடி.

தேங்காய் உடைத்து கற்பூரம் கொளுத்திச் சுற்றி நின்று ராஜதானி எக்ஸ்பிரஸ் வேகத்தில் எல்லோரும் கைகூப்பி சுற்றி நிற்கிறார்கள்.

ஓம் சக்தி ஓம் சக்தி ஓம் பராசக்தி ஓம் சக்தி ஓம் சக்தி ஓம்.

அந்த அவசரத்திலும் பாரதியார் பாடல் அட்சரம் பிசகாமல் பாடி முடிக்கப்படுகிறது.

ஆல் தி பெஸ்ட்.

ஒவ்வொருத்தரும் மற்றவர்களை மனம் நிறைய வாழ்த்துகிறார்கள். மறக்காமல் நானும் வாழ்த்தி மறுவாழ்த்துப் பெறுகிறேன்.

மோகன், இன்னிக்கு இறங்கி வந்து ஸ்டேஜ்லே லேண்ட் ஆகலே. வாசல் வழியா ரெகுலர் எண்ட்ரிதான். கிரீடம் இடிக்கும். குனிஞ்சு போ.

பார்த்தி ஞாபகப்படுத்துகிறார். மோகனின் எக்ஸ்ட்ரா லார்ஜ் சைஸ் நிழல் போன்ற ஆகிருதி அவருக்கு. ஒப்பனையாளர் ப்ளஸ் முக்கியமான உயர்ந்த நடிகர். ஏற்கனவே உயர்ந்த நடிகர் ஸ்தானத்தில் இருந்தவர் மறைந்த வெங்கட்.

'உன் உசரத்துக்கு எம்.பி.பி.எஸ். என்ன, எம்பாமலேயே பி.எஸ். படிக்கலாம்' என்று ஐந்தரை அடி மாது நிமிர்ந்து பார்த்து அதிசயித்த வெங்கட் பற்றி இன்னொரு புத்தகமே எழுதலாம்.

திரை தூக்கப் போகிறார்கள். நான் அவசரமாக மேடைக்குப் பக்கம் அதே நேரத்தில் திரை மறைவில் இருந்து மேடையிலும்

பின்னணியிலும் நடப்பதைக் கவனிக்க வசதியாக ஒரு நாற்காலி போடப்படுகிறது.

சாக்லெட் பாக்கெட்டுகள், ஸ்டூல், கிருஷ்ணர் படம் எல்லாம் அரையிருட்டில் மேடைக்குப் போக, அங்கே ஏற்கனவே மாது நடுநாயகமாக நிற்கிறார்.

'கிருஷ்ணா, புதுசா எங்க கம்பெனி அறிமுகப்படுத்தி இருக்கிற இந்த சாக்லெட் சக்ஸஸ் ஆக நீதான் அருள் புரியணும்.'

பாலாஜி முதல் வசனத்தை எடுத்து விடும்போதே அரங்கில் நிறைவான சிரிப்பொலி. மோகன் ஒரு வருஷம் இல்லை, ரெண்டு வருஷம் இல்லை, முப்பத்துரெண்டு வருஷமாக நகைச்சுவையைப் புகட்டி அப்படி ஆடியன்சைத் தயார் செய்து வைத்திருக்கிறார். இந்த வசனம் இல்லாமல், 'ஹலோ சௌக்கியமா கிருஷ்ணா?' என்று பாலாஜி வசனம் பேசினாலும் சிரிப்பு நிச்சயம்.

பாலாஜி கண்ணை மூடி நிற்க பாட்டி சுந்தர்ராஜன் புயல் மாதிரி ஸ்டேஜில் நுழைந்து ஒரு சாக்லெட் பாக்கெட்டை லவட்டிக் கொண்டு அந்தப் பக்கமாக வெளியேறுகிறார். தயாராக நிற்கிற ஏ.ஆர்.எஸ். கையில் பாக்கெட் போய்ச் சேர மனிதருக்கு அலாதி திருப்தி. பத்திரமாக ட்ரங்க் பெட்டியில் அதை வைக்கிறார்.

திடீரென்று கணீரென்று காம்போதி ராகம் கேட்கிறது. டிசம்பர் சீசனில் சந்தான கோபாலன் பாடுகிற கம்பீரம். குரலுக்குப் பொருத்தமான ஆகிருதியோடு நீலகண்ட சாஸ்திரிகள் எண்ட்ரி. நீலு சார் என்று கிரேசி டீம் அன்பாக அழைக்கிற விவேகா ஃபைன் ஆர்ட்ஸ் சோவின் உற்ற தோழர் நீலு சாக்லெட் கிருஷ்ணாவில் கௌரவ நடிகராக நாலு சீனில் வந்தாலும் சீனியர் முத்திரை அழுத்தமாக விழுகிறது.

மாதுவின் மனைவி மைதிலியாக இந்த நாடகத்தில் வரும் சோனியா, பாட்டியை விட அவசரமாக மேடைக்குப் பின்னால் கடந்து போகிறார். இவர் வரும் சீன் போல இருக்கு. இல்லை. கையில் மைக்கைப் பிடித்தபடி டி.வி.தொகுப்பாளர் போல் சிரிப்போடு பின்னால் நிற்கிறார் சோனியா. நிஜமாகவே சின்னத்திரை காம்பியர் தான் அவர்.

மாதுவுக்கு யசோதா, பாமா, மீராபாய் எல்லாம் டெலிபோன்

செய்கிற சீன். கிருஷ்ணனைத் தேடுகிற அம்மா, மனைவி, காதலியாக மூன்று மொழியிலும் சோனியா.

'சென்னை புதுதில்லி கிராண்ட் ட்ரங்க் எக்ஸ்பிரஸ் நாலாவது ப்ளாட்பாரத்தில் இருந்து இஷ்டம் இருந்தால் இருபது நிமிஷத்தில் கிளம்பும்' என்று சர்க்கார் அறிவிப்பு தருகிற குரலும் அலுப்பும் இல்லை. உற்சாகம் பொங்கி வழிகிறது. அவர் அறிவிப்பதையும் மாது ரியாக்ட் செய்வதையும் மேடைக்குப் பின்னாலேயும் நண்பர்கள் ரசிக்கிறார்கள். இதுவரை நானூற்றுச் சில்லறை தடவை ரசித்துவிட்டார்கள். பத்து செஞ்சுரி போட்டாலும் ரசித்தபடியே நடிப்பார்கள் எல்லோரும்.

கிருஷ்ணனின் வாயைத் திறந்து காட்டச் சொல்லி டி.வி.சீரியல் பார்க்கிற மாது. 'தசாவதாரமே தெரியறதே கிருஷ்ணா, திருட்டு டிவிடியா?'

சிரிப்பு அலையில் அரங்கம் தத்தளிக்கிறது.

மேடை ஓர இடுக்கு வழியாகப் பார்க்கிறேன். முன்வரிசையில் ஒரு ரசிகர் எழுந்து நின்று கைதட்டிச் சிரிப்பது கண்ணில் படுகிறது. பின்னால் இருக்கப்பட்டவர்களுக்கு மறைக்காமல் அவரையும் என் பக்கத்தில் உட்கார்த்தி ஆனந்தப்படுத்திவிடலாம் போல் இருக்கிறது.

'வசனத்தை எல்லாம் ஒண்ணுவிடாம ஒப்பிச்சுட்டு இருக்கார் சார்...'

என் பார்வை போகிற திசையைப் பார்த்து, சவுண்ட் எபக்ட்ஸ் நிர்வாகம் செய்யப் பக்கத்தில் உட்கார்ந்திருக்கும் நண்பர் சொல்கிறார். பெயர் கேட்கணும்.

நாடகத்தை இயக்கிய காந்தன் ஆர்கெஸ்ட்ரா பிட்டில் உட்கார்ந்து அனுபவித்துச் செய்யும் வேலை இது. இன்றைக்கு என்னமோ காந்தனைக் காணோம்.

மேடைக்குப் பின்னால் நண்பர் மைக்கைத் தேடி ஓடுகிறார். கிருஷ்ணனிடம் அர்ஜுனன் போன் செய்து பகவத்கீதையில் சந்தேகம் கேட்கும் காட்சி.

'இந்தக் கிருஷ்ணனை என்னத்துக்குக் கேட்கறே. வேளுக்குடி கிருஷ்ணன் சொற்பொழிவு கேளு. இன்னும் பெட்டரா புரியும்'.

மாது ஒரு போடு போட அடுத்த அலை சிரிப்புக்கு நடுவே நான் முன்வரிசையைப் பார்க்கிறேன். அந்த ரசிகர் சமர்த்தாக ஓர் ஓரத்தில் நகர்ந்து நின்றுவிடாமல் சிரித்துக்கொண்டிருக்கிறார்.

கலாட்டாவுக்கு நடுவே ஏ.ஆர்.எஸ் கவலையோடு கிளிக்கூண்டைத் தூக்கிக்கொண்டு போகிறார். அவர் பதற்றத்தைப் பார்த்து மற்றவர்களும் கொஞ்சம் சீரியஸ் ஆகிறார்கள். அழுவாச்சி சீன் எதுவும் சாக்லெட் கிருஷ்ணாவில் கிடையாதே. அப்புறம் ஏன் என்று யோசித்தும் புரியவில்லை. மோகனைப் பார்க்கிறேன். சின்ன கப்பில் இருந்து காப்பி குடித்தபடி நீங்களும் சாப்பிடுங்க சார் என்கிறார். அவருக்கு ஒரு பதற்றமும் எப்பவுமே கிடையாது.

மேடையில் ஜானகியாக மது. இன்னொரு பெண்பாத்திரம். அமைதியான பெண் அவர். பலருக்கு மது ஈழத் தமிழ்ப் பெண் என்பது தெரிந்திருக்க வாய்ப்பில்லை. சென்னைத் தமிழ் சகஜமாகப் பேசும் மது 'மன்மதன் அம்பு' படத்தில் ஈழத் தமிழச்சியாக ஒரு காட்சியில் வந்து ரசிகர்களைக் கவர்ந்தவர். நாட்டியக் கலைஞரும் கூட.

ஆண்டாள் நேயர் விருப்பமாக கிளி கேட்கிறாள். கிருஷ்ணன், மாதுவிடம் கிளிக்கூண்டைக் கொண்டுவரச் சொல்கிறார். ஏ.ஆர். எஸ் கையில் இருந்து ஜாக்கிரதையாகக் கிளிக்கூண்டு கைமாறுகிறது.

மோகன் பாலாஜிக்கு அனுசரணையாக நகர்ந்து நின்று கிளிக்கூண்டு அரங்கில் தெரிகிற மாதிரி பிடித்துக்கொள்ள விசை இயக்கப்படுகிறது. கூண்டுக்குள் இருந்த கிளி பொம்மை மறைந்து கைக்குட்டை. அடுத்த வினாடி கூண்டு திறக்க, பின்னால் இருந்து கட்டிய கயிறு கண்ணில் படாமல் கைக்குட்டை உயரப் பறந்து மேடையிலிருந்து ஆரவாரத்துக்கு இடையே வெளியே போகிறது. அங்கே ஏ.ஆர்.எஸ். காத்திருப்பார் என்று அதற்குத் தெரியும். சாக்லெட் கிருஷ்ணாவில் மேஜிக் காட்சிகளை சுவாரசியமாக இணைத்த சதுர்வேதி ஏ.ஆர்.எஸ். எங்கே இருந்தாலும் அவர் கையில் கைக்குட்டை போய் விழ ப்ரோகிராம் செய்திருப்பார். அவ்வளவு கச்சிதமான கண்கட்டு வேலை. இந்திரஜாலம் மாதிரி சதுர்வேதி ஜாலம்.

'கிளி பறந்துடுத்து'

'கௌரவம்' திரைப்படத்தில் சிவாஜி கணேசன் மாதிரி பின்னரங்கில் எல்லோரும் எழுதாத வசனத்தைச் சொல்கிறார்கள். நானூற்றுச் சில்லறை தடவை பறந்தாலும் இந்த முறையும் சரியாக வரவேண்டுமே என்ற பதைபதைப்பு விலகின நிம்மதி.

எனக்கு சட்டென்று காலம் சென்ற நாடகக் காவலர் ஆர். எஸ்.மனோகர் நாடகங்களில் தந்திரக் காட்சிகள் நினைவுக்கு வருகின்றன. பிரம்மாண்டமான அவற்றை தினசரி வெற்றிகரமாகச் செயல்படுத்துகிற டென்ஷனில் மனோகருக்கும் மற்றவர்களுக்கும் பிளட் பிரஷர் எகிறி இருக்கும். மோகனுக்கு அதெல்லாம் வர வாய்ப்பு இல்லை. எந்த டென்ஷனுக்கும் வடிகாலாக வினாடி நேரத்தில் சிதறுகிற நகைச்சுவை அவருக்கு வரப்பிரசாதம். கிரேசி டீமுக்கும் அதுவே ருசியான பார்த்தசாரதிப் பெருமாள் கோவில் புளியோதரைப் பிரசாதம்.

அடுத்த காட்சியில் கிருஷ்ணன் கையில் புல்லாங்குழல் பூவாக மாறிப் பறக்க வேண்டும். பூ மோகன் கைவிரல் மோதிரத்தில் மாட்டிக்கொண்டதால் பறக்க மறுத்துவிட்டது. சட்டென்று வசனம் பேசி சமாளிக்கிறார் பாலாஜி.

மோகன் ஒரு வினாடி மோதிரத்தைப் பார்த்துவிட்டு பேக் ஸ்டேஜ் வந்து அக்கறையாகக் கேட்கிறார் 'ஸ்கோர் என்ன?'. காட்சி முடிந்து பின்னாலேயே வந்த பாலாஜி அதை ரிப்பீட் செய்கிறார். பூ பறக்காவிட்டால் ஒரு குறைச்சலும் இல்லை. இன்னொரு கப் காப்பி, கிரிக்கெட் மேட்ச் ஸ்கோர். அடுத்த காட்சி.

பார்த்தி என்னைப் பார்த்துச் சிரித்தபடி மேடைக்குப் போகிறார். மோகனும் பாலாஜியும் மேனேஜராக பார்த்தியும் டெலிவிஷன் பேட்டி எடுப்பவராக கிரேசி நண்பரும் அடிக்கிற கூத்து சிடுமூஞ்சிகளையும் சத்தம் போட்டுச் சிரிக்க வைத்துவிடும். அதுவும் கிருஷ்ணன், மாது, மேனேஜர் வினாடியில் கால் பங்கு நேரத்தில் வசனத்தைச் சொல்லி, வாங்கி திரும்பச் சொல்லி, கடத்திவிட்டு அடுத்த ரவுண்ட் சிரிப்பு என்று நிற்காமல் மூணு நிமிஷம் தௌசண்ட்வாலா பட்டாசு.

நான் முன்வரிசையைப் பயத்தோடு பார்க்கிறேன். அந்த மகா ரசிகர் கதவுப் பக்கம் வெளியே நிற்கிற முன்ஜாக்கிரதை கண்ணில் படுகிறது. அனுசரணையான ரசிகர். கூடவே ஒரு தடவை இந்த

வசன ரௌண்ட் ராபின் அவர் புண்ணியத்தில், மற்றவர்களின் சிரிப்புக்கு இடைஞ்சலில்லாமல் அரங்கேறிக்கொண்டிருக்கட்டும்.

காட்சி முடிந்து கரகோஷத்துக்கு நடுவே உள்ளே வந்த பார்த்தியின் கையைப் பற்றிக் குலுக்குகிறேன்.

'தினம் ஒத்திகை பார்ப்பீங்களா இந்த சீனை?'

இல்லவே இல்லை என்று சாதிக்கிறார் பார்த்தி.

'நாடகம் போட ஆரம்பிச்சபோது ஒரே ஒரு ஒத்திகை. தட்ஸ் ஆல்'.

யாருக்கும் ப்ராம்ப்டிங் என்ற வசனத்தை நினைவூட்டும் உதவி கிடையாது. நேற்றைக்கு 'அலாவுதீன்' நாடகத்தில் பூதமாக நடித்து இன்றைக்கு மாதுவின் திருட்டுப் பாட்டியாக வந்தாலும் அட்சரம் பிசகாமல் டைமிங்கோடு வசனம் பேச வேண்டும். போன வாரம் பயில்வான், இன்று மேனேஜர், நாளை ஜயண்ட் சைஸ் குழந்தை. கவலையே இல்லை. தூக்கத்தில் எழுப்பி நடிக்கக் கூப்பிட்டாலும் சந்தோஷமாக வந்து எல்லோரும் நடித்துக்கொடுப்பார்கள். க்ருஷ்ணார்ப்பணமாக மோகன் எழுதின உரையாடல்களை மனசு நிறைய நிறைத்து வைத்திருக்கிறார்கள் அவர்கள். எப்படி மறந்துபோகும்?

பாட்டி சுந்தர்ராஜன் தகதக என்று ஜரிகைப் புடவைக்கு ரெண்டு நிமிஷத்துக்கும் குறைவான நேரத்தில் மாற, அப்பா ரமேஷ் தோளில் அவசரமாக ஏறுகிற சில்க் சால்வையும் மாது கழற்றி மாட்டிக் கொண்ட வேறே கலர் டீ ஷர்ட்டும் மடிசாரை விட பத்து வினாடி அதிகம் எடுத்துக்கொள்கின்றன.

பாட்டி வின்ஸ் பை எ யார்ட்!

கிருஷ்ணன் இந்தப் போட்டியில் எப்போதுமே இல்லை. முதல் சீனில் வந்த அதே மஞ்சள் பட்டாடை சியாமள வண்ணன் தான் திரை விழும் வரைக்கும்.

'வா கோமளா' மேடையில் பாலாஜி பாட்டியை அழைக்கிறார்.

'எங்க பாட்டி பெயர் அது' மோகன் சொல்கிறார்.

இந்தப் பெண் பார்க்கும் சீனில் 'நச்சுன்னு இருப்பார் பிள்ளைக்கு மாமான்னா, ஹட்ச்ன்னு குள்ளமா இருக்காரே' என்று வசனம் வரும். 'மைக்கேல் மதன காமராஜன்' படத்தில் டில்லி கணேஷ்

இதுவும் அதுவும் உதவும்

அசிஸ்டெண்ட்டாக வரும் வரதுக்குட்டி கோபி நடிக்கிற சீன் இது. கண் பார்வை சரியாக இல்லாவிட்டாலும் எப்படியோ வந்து மேடையேறி நடிக்கிற சந்தோஷம் கோபிக்கு எப்போதும் உண்டு. இன்றைக்கு கோபி ஸ்டேஜில் இல்லை.

எங்கே போனார் என்று மோகனை விசாரிக்கிறேன், அறுவை சிகிச்சை முடிந்து அப்போலோவில் ஓய்வெடுத்துக் கொண்டிருக்கிறதாக மோகன் என் காதில் சொல்கிறார்.

ரமேஷ் சால்வை நழுவி விடுகிற மாதிரி தோளைச் சுற்றி வழிய பின்னரங்கில் சைகைகள் அவரை நோக்கி வீசப்படுகின்றன. கேஷுவலாக அடுத்த வசனத்தை மெல்லச் சொல்லி இடைவெளியில் சால்வையைப் பாந்தமாகப் போர்த்திக் கொள்கிறார் ரமேஷ். தேர்ந்த அனுபவசாலிகளுக்கே வசப்படும் நளினம் இது. கத்துக்குட்டி என்றால் மேடையில் துண்டு என்ன வேஷ்டியே விழுந்துவிடும். மோகன் நாடகத்தில் எல்லாம் முடிந்து கைதட்டலோடு திரை மட்டும்தான் விழும்.

'சுஜாதா இதே மாதிரி பேக் ஸ்டேஜ்லே உட்கார்ந்து நாடகம் பார்க்கணும்னு ஆசைப்பட்டார்'.

மோகன் என்னிடம் சொல்லும்போது அவர் கண் கலங்குகிறது. சுஜாதாவுக்கு வாய்க்காது போன அனுபவம் எனக்குக் கிடைக்கிறது. இதுவும் க்ருஷ்ணார்ப்பணம்.

நாடகம் முடிந்து ஒரு கூட்டம் பார்வையாளர்கள் பாராட்ட, க்ரீன் ரூமுக்குப் படையெடுத்துக்கொண்டிருக்கிறார்கள். நான் மெல்ல நழுவி சந்தோஷமாக வீடு திரும்பிக்கொண்டிருந்த கூட்டத்தில் கலக்கிறேன்.

(எழுதப்பட்டுக்கொண்டிருக்கும் 'கிரேசி முதல் கிரேசி வரை' புத்தகத்தின் முதல் அத்தியாயம்)

காமன்வெல்த் என்ற விளையாட்டு

ஆத்துலே போகிற தண்ணியை அய்யா குடி அம்மா குடின்னு கூப்பிட்டுக் கொடுத்தாலும், ஒரு வினாடி யோசித்துவிட்டு ஆளை விடுங்க சாமி என்று அவங்கவங்க நகர்ந்துகொண்டிருப்பது நம்ம நாட்டில்தான் நடக்கும்.

போன அக்டோபரில் நடந்து முடிந்த காமன்வெல்த் விளையாட்டுகள் இன்னும் உலக அரங்கில் நம் பெயரைச் சந்தி சிரிக்க வைத்துக் கொண்டிருக்கின்றன. புதுசாக ஒரு சமாசாரம் இதோடு கூட சேர்ந்திருக்கிறது. சமையல் அறை.

சமையல்கட்டை தினசரி மெழுகித் துடைத்து ராத்திரி மொறிச் என்று வைக்காவிட்டால் பாட்டித் தள்ளை பழைய கற்காலத்தில் சொல்வது உக்கிராணத்தை ஊழலா வச்சா நாளெயும் பின்னெயும் கழிக்க ஆகாரம் கிட்டாது.

காமன்வெல்த் விளையாட்டு நடந்தபோது தில்லியில் ஏற்படுத்திய சமையலறையை அவள் உயிரோடு இருந்து பார்க்க சந்தர்ப்பம் கிடைத்திருந்தால், கல்மாடிக்கு ஊரில் இருக்கப்பட்ட சிறு, பெருந் தெய்வங்களின் அனுக்கிரஹம் கிடைக்க மனு போட்டு டன் கணக்கில் புண்ணியம் அவர் கணக்கில் வரவு வைத்திருப்பாள். ஊழலே புகுந்து புறப்படாத இடம் அந்த காமன்வெல்த் அடுப்படி.

இதுவும் அதுவும் உதவும்

வெறும் ஆட்டுக்கல், அம்மிக்கல் சாம்ராஜ்யம் இல்லை அது. அரைக்க, கரைக்க, வெட்ட, நறுக்க, வேகவைக்க, வறுக்க, பொரிக்க, தீயில் வாட்ட என்று சகலவிதமான சமையலுக்கும் வெள்ளைக்காரன் கண்டுபிடித்த, வெளிநாடுகளில் கிரமமாகப் பயன்படுத்துகிற கருவிகள். இதை வாங்கிய விலை, அடுத்தடுத்து வரும் திருட்டு புரட்டு செய்திகளோடு ஒப்பிட்டால் ஆகக் குறைவு. வெறும் பதினேழு கோடி ரூபாய்தான். ஒரு தமிழ் மசாலா படம் இடைவேளைக்கு அரை மணி நேரம் முந்தி மத்தளம் கொட்ட, வரிசங்கம் நின்றூத ஆண்டிரியாவும் மற்ற இன்குரல் கந்தர்விகளும் கூவும் துள்ளாட்டக் கனவுப் பாட்டு வரை தயாரிக்க ஆன செலவு.

தினம் 36000 பேருக்கு சமைத்துக் கொட்ட ஆஸ்ட்ரிக்ஸ் காமிக்ஸ் செகண்ட் ஹீரோ ஒபீலிக்ஸ் சைஸில் மின்சார அடுப்புகள். சைஸ் வாரியான மிக்சர், கிரைண்டர்கள். நூறு பிணங்களை அடுக்கடுக்காகக் கிடத்த வாகான ஆஸ்பத்திரி மினி மார்ச்சுவரி அளவில் குளிர்பதனப் பெட்டிகள். இப்படி வெளிநாட்டு சாதனங்களை, நம்ம ஊர் சப்பாத்தி, தோசை வகையறாக்களைச் சமைத்துத் தள்ள வசதியாக அங்கே இங்கே தட்டிக் கொட்டி வடிவமைத்து வாங்கிப் போட்டார்கள். வாய்க்கு ருசியாக இவற்றை வைத்துக் காமன்வெல்த் விளையாட்டுகளின்போது வயிறு வளர்த்த வகையில் கல்மாடியை யாரும் இதுவரை குற்றம் குறை சொல்லவில்லை. அவரை அறியாமலே நல்லா நிறைவேறின ஒரே செயல் இது.

பதினேழு கோடி கொடுத்துக் கட்டும்போதே கேட்கப்பட்ட கேள்வி ஒன்று உண்டு. ரெண்டு வாரக் கூத்தான காமன்வெல்த் முடிந்த பிற்பாடு இந்தச் சமையல்கட்டையும், சாதனங்களையும், மிஞ்சிப் போன சப்பாத்தியையும் என்ன செய்ய? இதிலே கடைசி ஐட்டம் மிஞ்சாமல் தின்று தீர்க்க ஆள் கூட்டம் ரெடியாக இருந்ததால் அது பிரச்சனை இல்லை. மத்த ரெண்டும்?

காமன்வெல்த் முடிந்ததும் நீ முந்தி நான் முந்தி என்று இந்தியத் தொழில் அதிபர்கள் போட்டிபோட்டுக்கொண்டு இந்த ராட்சசச் சமையல் கூடத்தை வாங்க வருவார்கள் என்று ஏகமாக எதிர்பார்ப்பு இருந்தது. இன்போசிஸ் போல் ஒரு கூரைக்குக் கீழே ஐம்பதாயிரத்துச் சொச்சம் இளந்தாரிகளை உட்கார்த்தி பெட்டி தட்ட வைத்து காசு சம்பாதிக்கும் நிறுவனங்கள் இந்தியாவில்

எத்தனை உண்டு? ஏன், ஹூண்டாய், மாருதி மோட்டார், உருக்கு ஆலை, சர்க்கரை ஆலை எத்தனை இங்கே? ஏர் இண்டியா விமானத்தில் பறக்கிறவர்களுக்குக் கொடுக்கிற பனிஷ்மெண்ட் சாப்பாட்டை இந்தியில் யோசித்து இந்தியில் கிண்டிக் கிளறி ஒரே இடத்தில் சமைத்தெடுத்து தேசிய உணவாக விமானம் தோறும் வழங்க காமன்வெல்த் கிச்சன் வரப்பிரசாதமாச்சே. தில்லியில் இருந்தாலோ, திருவனந்தபுரத்தில் இருந்தாலோ என்ன, நட்டு போல்டு முதல்கொண்டு கழற்றி எடுத்துப் போய் திரும்பத் தேவைப்பட்ட ஸ்தலத்தில் சமையல்கட்டை எழுப்ப எவ்வளவு நேரம் பிடிக்கப் போகிறது? நூறு ஸ்பேனர், நூறு ஸ்க்ரூ ட்ரைவர், நூற்றுச் சில்லறை தொழிலாளிகள் எதேஷ்டம்.

காமன்வெல்த் விளையாட்டு முடிந்து கைது விளையாட்டு ஆரம்பமாகாத இடைவேளையில் இந்தச் சமையலறையை ஏலம் விட ஏற்பாடு நடந்தது. பதினேழு கோடிக்கு வாங்கிய சாதனங்கள் ஆச்சே, பதினைந்து நாளில் இத்தனூண்டு தேய்வு ஏற்பட்டிருக்கலாம் என்பதால் பதினாறே முக்கால் கோடி விலை வைத்தார்கள். ஏலம் கேட்கக் குறைந்த தொகை வெறும் ஆறே கால் கோடி. அதுக்கு மேலே, வந்தால் நாட்டுக்கு. வராவிட்டால் செலவுக் கணக்கில் இன்னொரு வரி ஏறும்.

என்ன ஆச்சரியம், இருபத்தொண்ணாம் நூற்றாண்டின் பிரம்மாண்டமான, ஸ்டேட் ஆப் தி ஆர்ட் தொழில்நுட்பம் கொண்ட சமையலறையை ஏலம் எடுக்க நாட்டில் இருக்கப்பட்ட சின்ன பெரிய கம்பெனிகள் ஒன்றுகூட முன்வரவில்லை. ஏலம் எடுக்க மனுகொடுக்க வேண்டிய கடைசி தினத்தை ஒன்று இல்லை, ரெண்டு தடவை மாதக் கணக்கில் நீட்டிப் பார்த்தார்கள். ஊஹூம், இந்தப் பழம் புளிக்கும் என்று கம்பெனிகள் ஒட்டுமொத்தமாக ஒதுங்கிவிட்டன.

பின்னே இல்லியா? காமன்வெல்த் விளையாட்டு என்றாலே ஊழல் என்று ஊரே சொன்னபோது, ரெண்டு ஜீ ஊழல் பற்றி அப்போதுதான் ரிலீஸூக்குத் தயாராக போஸ்டர் ஒட்டிக் கொண்டிருந்தார்கள் ஊழல் விளையாட்டு சமையலறையை சல்லிசாக வாங்கி மடியில் கட்டிக்கொண்டால், நாளைக்கு கோர்ட், கேஸ் என்று இழுத்தால் யார் போய் கையைக் கட்டி நின்று அவதிப்படுவது?

வேணாம்யா, விட்டுடுங்க என்று கம்பெனிகள் ஒதுங்க, தினசரி லட்சக் கணக்கான பிரயாணிகள் பயணம் செய்யும் இந்திய ரயில்வேயையும், இதேபோல் ஆள் புழக்கம் அதிகமுள்ள ராணுவத்தையும் அரசாங்க விளையாட்டுத் துறை பேச்சு வார்த்தைக்கு அழைத்தது. பதினேழு கோடி எல்லாம் கொடுக்க முடியாது என்று அரசு நிறுவனமும், அரசு அமைப்பும் கறாராகச் சொல்லிவிட, அமைச்சகத்தில் நோட் போட்டு, காமன்வெல்த் கிச்சனில் இல்லாமல் கெட்டில் சாய் நாயர் விளையாட்டுத் துறை அமைச்சரக ஆபீஸில் விளம்பிக் கொடுத்த டீ குடித்து கோஷ்டியாக விவாதம் செய்து வழி கண்டுபிடித்தார்கள்.

காசு எதுக்கு? அது இன்னிக்குப் போகும், நாளைக்கும் போகும். அரசு தானே முக்கியம், சும்மாவே தரோம். காமன்வெல்த் சமையல்கட்டை வாங்கிக்குங்க.

அரசு காலில் விழுந்து கெஞ்சாத குறையாகக் கேட்கிறது. ராணுவமும் ரயில்வேயும் ஆகட்டும் பார்க்கலாம், ஆலோசித்து ஆவன செய்வோம் என்று தோரணையாகச் சொல்கின்றன. அவங்களுக்கு என்ன தலைவலியோ, இந்தத் திருகுவலியும் எதுக்கு?

ஜாபர்கான் பேட்டையில் காயலான் கடை வைத்திருக்கும் நம்ம முத்தலீப் சொல்கிறார், எதுக்கு டெண்டரும் மத்ததும்? நம்ம கிட்டே சொல்லியிருந்தா இன்னேரம் காதும் காதும் வச்ச மாதிரி காரியத்தை முடிச்சுட்டு நாலு காசோ நாப்பது கிலோ பேரீச்சம்பழமோ கொடுத்திருப்போமில்லே?

ஜாபர்கான் பேட்டைக்கு விளையாட்டுத் துறை அமைச்சர் ஒரு நடை போய்ப் பார்த்துவிட்டு வர சிபாரிசு செய்யப்படுகிறது.

அரசியலான மதம்

அரசியலும் மதமும் கைகோத்துக் கொள்வது உலகம் முழுக்க, இன்று நேற்று என்றில்லாமல் தொடர்ச்சியாக அரங்கேறிவரும் சங்கதி. சில கூட்டணிகள் விநோதமானவை.

காங்கிரஸ் ஏதோ கொஞ்சம்போல் மெஜாரிட்டி பெற்று உம்மன் சாண்டி தலைமையில் கேரள அரசைப் பிடித்த தேர்தல் காலத்தில் ஏற்பட்டதாகச் சொல்லப்படுவது இப்படியான ஒன்று.

சிறுபான்மையினர் மார்க்சிஸ்டுகளுக்கு எதிரணியில் கிட்டத்தட்ட ஒன்றுதிரண்டு நின்றதைக் காணமுடிந்தது அப்போது. மாதாகோவில்களில் ஞாயிற்றுக்கிழமை பிரார்த்தனை முடிந்து வாசிக்கப்பட்டது வேதாகமத்தின் பகுதிகள் அல்ல. இடைய லேகனம். அதாவது நல் மேய்ப்பராகிய ஆர்ச் பிஷப் மாநில அரசியல் நிலை குறித்து விஸ்தாரமாக எழுதி, தேர்தல் நேரத்தில் விசுவாசிகள் செய்ய வேண்டியது என்ன என்று விளக்கிய கடிதங்கள்.

இந்த தேவ இடையர்களின் லிகிதங்களுக்கு என்ன மதிப்பு இருந்ததோ தெரியாது. ஆனால் சிறுபான்மை சமூகம் இந்த முறை காங்கிரஸையும், எத்தனை பிரிவாகப் பிரிந்தாலும் அதைப் பற்றிக் கவலைப்படாமல் ஆக்டோபஸ் மாதிரி ஊர்கிற கேரள காங்கிரஸையும் குஞ்ஞாலிக் குட்டியின் முஸ்லீம் லீகையும் சேர்த்து

அமைத்த ஐக்கிய ஜனநாயக முன்னணிக்கு வாக்களிக்க முடிவு செய்ததாகத் தகவல்.

மார்க்சிஸ்ட்கள் இடம் போனால் அவர்கள் கண்ணில் படாத தூரத்தில் வலம் போன இந்துத்துவக் கட்சிகளும், ஜாதி அமைப்புகளுமோ இந்தத் தடவை ஆச்சரியகரமாக மார்க்சிஸ்டுகளுக்கு மறைமுக ஆதரவு கொடுத்ததாகவும் பரவலான பேச்சு உண்டு. ஆலப்புழையிலும் எர்ணாகுளத்திலும் லெனினையும் மார்க்ஸையும், மகாதேவனும் குருவாயூரப்பனும், செங்கண்ணூர் பகவதியும் காப்பாற்றியதாலேயே அவர்கள் வென்றிலர் என்ற போதும் தோற்றும் இலர் என்று மதிப்போடு வலம் வருகிறார்கள்.

மதமும் அரசியலும் சந்திப்பதை ஐம்பெருங்காப்பியமான மணிமேகலையிலேயே பார்த்தவர்கள் நாம் எல்லாரும். பௌத்த தேவதையான சதுக்க பூதம் பூம்புகாரில் ஒரு நாற்சந்தியில் சட்டமாக உட்கார்ந்து அந்தக் காலத்திலேயே லோக்பால் வேலை பார்த்திருக்கிறது. அரசவை, நீதியமைப்பான ஐம்பேராயம் எல்லாம் போக, ஊழல், கொலை, கொள்ளை இப்படி பஞ்சமா பாதகங்களுக்கு சதுக்க பூதம் தண்டனை கொடுத்த விதம் எளிதானது. குற்றம் சாட்டப்பட்டவரை அப்படியே வாரியெடுத்து வாயில் போட்டுக் காராச்சேவு மாதிரி மென்று முழுங்கிவிடுவது.

சதுக்க லோக்பால் சாப்பாட்டு இடைவெளியில் பெண்கள் எப்படி கணவனே கண்கண்ட தெய்வமாக சதா அவன் காலடி தொழ வேண்டும், கோவிலுக்குப் போகாமல், அந்தப் புருஷ தெய்வங்களையே வணங்கவேண்டும் என்றெல்லாம் தாலிபானிசப் போதனைகளையும் செய்ததாக சீத்தலைச் சாத்தனார் மணிமேகலையில் காட்டுகிறார். சதுக்க பூதம் ரீல் என்று தெரிந்தாலும், சாத்தனார் சொல்வது அவராக எழுதியதா, யாரோ தூண்டி எழுத வைத்தார்களா என்று தெரியாது. கணவனைத் தொழாத பெண்களைப் பகல் சாப்பாட்டாக ச.பூ விழுங்கியதாக மணிமேகலையில் ஒரு வரியாவது பார்க்க முயன்றேன். கிடையாது.

சதுக்க பூதம் கிடக்கட்டும். இரண்டு நூற்றாண்டுகளுக்கு முந்திய கேரளத்துக்குத் திரும்ப ஒரு விசிட் அடிப்போம். அரசியல் மதத்தைத் தேடி வர வேண்டிய கட்டாயம் திருவிதாங்கூர் மன்னர்களுக்கு ஏற்பட்டது அப்போதுதான். ஏழை பாழைகளுக்கு விளைநிலத்தைப் பங்கு போட்டுக் கொடுக்க எல்லா நட்சத்திரங்களில் அவதரித்த

திருநாள் பட்டம் தாங்கிய மகாராஜாக்களுக்கும் மார்த்தாண்ட, மற்ற வர்மாக்களுக்கும் பிடிக்கவில்லை. ராஜா தன்னை பகவான் சாட்சாத் பத்மநாபனின் தாசன் என்று அறிவித்துக்கொண்டார்.

ராஜாவே பெருமாளுக்கு டெர்ரஸ்டியல் ரெப்ரெசெண்டேடிவ் ஆன பிற்பாடு நிலம் எல்லாம் பெருமாள் உடமை. யாராவது அதிலே கையளவு மண் கேட்டால் அவன் தெய்வ துரோகி. தண்டனைதான் தீர்வு. ஒருத்தனாவது வாயைத் திறப்பானா?

தண்டனையில் எத்தனை வகை? கோயில் உருளியில் எண்ணெயைக் காய்ச்சிக் குற்றவாளியின் கையை முக்கச் சொல்வது கேள்வி கேட்காமல் அங்கீகரிக்கப்பட்ட தண்டனை முறை. அரசுக்கு வேண்டப்பட்டவர்கள் கை முக்க வரும் முன், எண்ணெயில் கலந்த ரசாயனம் அடுப்பைப் பற்ற வைத்த இளஞ்சூட்டிலேயே எண்ணெயைத் தளைப்பிக்க, வெதுவெது சூட்டில் கைமுக்கி வேதனைப்படாது தப்பித்தவர்களும் உண்டாம். வாய்மொழிச் செய்திதான் இதுவும்.

ராஜராஜசோழன் கால வரி உயர்வை எதிர்த்து விவசாயிகள் கலகம் செய்த செய்தியாவது கல்வெட்டு வழியாகவோ என்னவோ கசிந்துவிட்டது. பத்மநாப தாசன்களின் திருவிளையாடலை கேரளம் மறந்தும் மன்னித்தும் விட்டது. இங்கே இன்னமும் கூடச் சோழனை விமர்சித்தால் தமிழ்த் துரோகிகள். அங்கே தாசனை விமர்சிக்க நேரம் யாருக்கும் இல்லை.

அரசியல் பிழைத்தார்க்கும் அரசியலால் பிழைத்தார்க்கும் ஆலயமே அபயமாக இருந்த காலம் நமக்குப் பழையது என்றால், கர்னாடகத்தில் இன்னும் அது தொடர்கிறது. அரசியல் மோதல் வழிபாட்டு இடத்துக்கு எடுத்துப் போகப்படுவது கர்னாடகத்தில் இன்று பரபரப்பான செய்தியாகி இருக்கிறது.

தர்மஸ்தலம் மஞ்சுநாத சுவாமி ஆலயம் ஒரு சமண ஆலயம். எப்படியோ இந்து மகா சமுத்திரத்தில் கலந்து அது லட்சக் கணக்கான ஆத்திகர்கள் கர்னாடகத்தில் இருந்தும், மற்ற தென் மாநிலங்களில் இருந்தும் வந்து தொழும் பெருங்கோயிலாகவும் பெயர் எடுத்துவிட்டது. திருப்பதி போல தினசரி அன்னதானம் செய்கிற ஏற்பாடும், எந்த அரசு இடையூறும் இல்லாமல் பரம்பரை அறங்காவலரான ஹெக்டே நிர்வகிக்கிற நேர்த்தியும்

இதுவும் அதுவும் உதவும்

நாத்திகர்களையும் இந்தக் கோவிலைப் பற்றி நல்லபடியே பேச வைத்திருக்கின்றன.

தற்போது இரண்டு அரசியல் பூனைகள் தர்மஸ்தலத்தில் நுழையப் பார்க்கின்றன. அந்த ஸ்தலத்து ஈசன் முன் 'முதல்மந்திரி எட்டியூரப்பா ஊழல் பேர்வழி' என்று சத்தியம் செய்ய ஜனதா தளக் கட்சித் தலைவர் குமாரசாமியும், 'நான் பரிசுத்தமானவன்' என்று பதில் சத்தியம் செய்ய முதல்வர் எட்டியூரப்பாவும் சூளுரைத்து ஆதரவாளர்களோடு தர்மஸ்தலத்துக்குப் புறப்பட்டுப் போனார்கள்.

இரண்டு பேரின் ஊழல் சரித்திரமும் கர்னாடகம் முழுக்கத் தெரிந்த ஒன்று. ஆனாலும் தங்களுக்குத் தாங்களே தினசரி தண்டனை விதித்துக் கொண்டது போல், கர்னாடக மக்கள் தொடர்ந்து இந்த இரண்டு பேரையும் ஆள வைத்தும் அடித்துக்கொள்ள வைத்தும் வேடிக்கை பார்த்துக்கொண்டிருக்கிறார்கள்.

தர்மஸ்தலம் போனதும் மனது மாறி, 'கர்னாடகத்துக்காகப் பிரார்த்தித்துக் கொண்டு' திரும்புகிறார் எட்டியூரப்பா. அவருக்கு தைரியம் இல்லை. போகிறது. உலகம் நலமாக வாழட்டும் என்று புனித பாவனைகளோடு குமாரசாமி இறங்கிப் போகிறார். இரண்டு அபத்தங்களையும் மாநில வழக்கப்படி சும்மா பார்த்துக்கொண்டு ஒரு மாநிலமே பூவரச இலையில் கரண்டி கரண்டியாகக் குல்கந்தை விழுதாக நிரப்பி ரசித்துச் சாப்பிட்டுக்கொண்டிருக்கிறது.

நிலவறை துறந்து

உதிர்ந்து விழுந்த சொத்தைப் பல்லைப் புதைக்க ஒண்ணரை சென்டிமீட்டர் ஆழத்துக்குக் குழிதோண்டினாலும் திருவனந்தபுரத்தில் வேட்டியை மடக்கிக் குத்தி, தரையில் குடையை ஊன்றிக்கொண்டு என்ன நடக்குது என்று வேடிக்கை பார்க்கப் பத்துப் பேராவது சுற்றி நின்றுவிடுவார்கள். பத்மநாப சுவாமி கோவிலில் நிலவறை விஷயத்தில் மட்டும் கேரள மனப்பான்மை மாறுபட்டது அதிசயம்தான்.

மொத்தம் ஆறு நிலவறைகள். காலம் காலமாக, அதாவது, குறைந்தது இருநூறு வருடமாவது பழமை கொண்ட குகை போன்ற அமைப்புகள். செங்கல்லும் சுண்ணாம்பும் காரையும் உபயோகித்து விலை மதிப்பு மிகுந்த பொருட்களை ரகசியமாக, பாதுகாப்பாக வைக்க திருவிதாங்கூர் சமஸ்தானம் நிர்மாணம் செய்தது. எல்லாம் கோவிலுக்குக் காணிக்கையாகக் கிடைத்த பொருட்கள்.

நாட்டின் வேறு பல பகுதிகளில் இப்படி கோவில் நிலவறைகள் இருந்தால், கோவில் நிலங்கள் போல அவையும் யார்யார் கையிலோ எந்தக் காலத்திலோ போய்ச் சேர்ந்து அங்கே தற்போது வெறும் தூசி துப்பட்டை மட்டும்தான் அண்டிக் கிடக்கும். கேரளத்தில் அந்த விஷயத்தில் வித்தியாசமான நடைமுறை.

நிலவறைகளுக்கு ஏ, பி, சி என்று எஃப் வரைக்குமாக பெயர் கொடுத்து, அடைத்தது அடைத்தபடியே இத்தனை காலம் பாதுகாத்து வந்தார்கள்.

ஒவ்வொரு அறைக்குள்ளும் கோடிக்கணக்கில் பொன்னும் வைரமும் இருப்பதாக பருப்பு வடை தின்றுவிட்டு கட்டன் காப்பி குடிக்கிற சாயந்திரக் கடைகளிலும், ராத்திரி வீட்டுத் திண்ணைகளில் ராச்சாப்பாடு முடிந்து தூங்கப் போகிறதுக்கு முன்பும் பேசிக்கொண்டார்களே தவிர ரகசியத்தை ரகசியமாகவே வைத்துக்கொண்டார்கள். அந்த அறைகளைத் திறக்க வேண்டும் என்று கோரிக்கை சமீப காலமாகத்தான் எழுந்திருக்க வேண்டும்.

கோரிக்கையை எழுப்பிய சுந்தர்ராஜன் என்ற வக்கீல் சுப்ரீம் கோர்ட் வரை போய் இதற்காக நியமிக்கப்பட்ட நீதிபதிகள் கமிஷனின் உத்தரவை வாங்கினார். ரெண்டு சுப்ரீம் கோர்ட் ரிடையர்ட் நீதிபதிகள், ராஜ குடும்பப் பிரதிநிதி, கோரிக்கை வைத்த சுந்தர்ராஜன், தொல்பொருள் துறை அதிகாரி இப்படி ஒரு குழு இந்த வாரம் ஆறு நிலவறைகளையும் திறந்து பார்க்க உத்தரவோடு அனந்தை வந்து சேர்ந்தது.

முதலில் கோவிலின் தெற்குப் புறத்தில் வியாசர்கோணப் பகுதியில் சி நிலவறை திறந்ததும், காப்பிக்கடைப் பேச்சும், ராச்சாப்பாட்டுக்கு அப்புறமான அரட்டையும் சங்கதி இல்லாத சமாசாரம் இல்லை என்று நிரூபணமானது. மொத்தம் 450 கோடி ரூபாய் பெறுமானமுள்ள தங்கக் குடம், வெள்ளிக் குடம், வெள்ளி விளக்கு, வெள்ளி உருளிகள், பூஜா பாத்திரங்கள் என்று எதெது எந்த வருடம் யாரால் கொடுக்கப்பட்டது என்று எழுதிய விவரத்தோடு துணியில் பொதிந்து நிலவறை உள்ளே வரிசையாக அடுக்கிவைத்திருந்ததைக் கண்டார்கள்.

அடுத்த நாள் டி, எஃப் நிலவறைகள் திறக்கப்பட பத்மநாப சுவாமி சொத்துக் கணக்கு இன்னும் உயர்ந்தது. இந்த இரண்டு அறைகளிலும் சேர்த்து வைக்கப்பட்டிருந்தவை வைரக் கிரீடங்கள், மரகதம் பதித்த மூவாயிரத்துச் சொச்சம் தங்க செயின்கள், மற்றபடி தங்கக்குடம் இத்யாதி. மொத்த மதிப்பு 350 கோடி ரூபாய்.

இன்னும் மூன்று நிலவறை திறந்ததும்தான் தெரியும் ஸ்ரீபத்மநாபன்,

திருப்பதி வெங்கடேசப் பெருமாளை நிதிநிலைமையில் முந்துவாரா பிந்துவாரா என்று.

எதற்காக உபயோக சூனியமாக கிட்டத்தட்ட ஆயிரம் கோடி ரூபாய் மதிப்புள்ள சொத்து இப்படி ஆண்டவன் பெயரில் நிலவறையில் வைத்து நூறு இருநூறு வருடம் பூதம் காத்த புதையலாகக் காக்கப்பட வேண்டும்? தினசரி கோவில் காரியங்களுக்கு இதெல்லாம் உபயோகமாகலாமா? சரி. மூவாயிரம் தங்கக் குடம், நாலாயிரம் வெள்ளி உருளி இதையெல்லாம் கோவில் மடைப்பள்ளியில் உபயோகித்து எந்த பூஜைக்கு நைவேத்தியம் சமைக்க முடியும்? காசி அல்வா போல் காசு அல்வாவெல்லாம் செய்கிற வழக்கமில்லையே எங்கேயும்?

கோவில்களில் குறைந்த வாடகையில் ஏழைகளுக்குத் திருமணம் செய்து வைக்க கல்யாண மண்டபம் கட்ட, குறைந்த கட்டணம் வசூலித்து ஸ்ரீபத்மநாபனைத் துதித்துப் பள்ளிக்கூடம் நடத்த, அந்தக் கோவில் ஊழியர்களுக்குக் கொஞ்சம் அதிகம் மாதச் சம்பளம் கொடுக்க, விளக்குக்கு தாராளமாக எண்ணெய் வார்க்க மானியம் அளிக்க, கோவில் வாசலில் வேட்டி-வாடகைக் குத்தகையை ஒழித்து, வேட்டியோ, பைஜாமாவோ, முழுக்கால் டிரவுசரோ, கவுரவமாக எதையாவது அணிந்து மனதில் சுத்தியோடு வரும் பக்தர்களுக்கு ஒரு பூவன் பழமாவது பிரசாதமாகக் கொடுக்க, சகலருக்கும் இலவச உணவு அளிக்க ஊட்டுப்புரை ஏற்படுத்த இந்தப் பணத்தை நிலவறை ஊறுகாய் போடாமல் பயன்படுத்தலாமே?

கேட்டால் உடனே பதில் கிடைக்கும். மற்ற மத வழிபாட்டு ஸ்தலங்களைப் பற்றி இப்படிக் கேட்டுவிட்டு அப்புறம் இங்கே வந்து கேள். ஏன் இங்கே ஆரம்பிக்கக் கூடாதா?

பூங்கா கணபதி

ஜெஜூரிக்குப் பயணம் போய் வந்து கவிஞர் அருண் கொலெட்கர் அங்கே இருக்கிற சாமானியர்களின் கடவுளான யஷ்வந்த்ராவ் பற்றிக் கவிதை எழுதினார்.

யஷ்வந்த்ராவ்
ஒரு கறுப்புக் களிமண் பொதி.
தபால்பெட்டி போல் பிரகாசம்.
உயிர்ச்சத்தின் உருவம்.
எரிமலைக் குழம்பை உருட்டிச்
சுவரில் எரிந்த மாதிரி
கையில்லை. கால் கிடையாது.
தலையும்தான்.
அதியற்புதமாக ஒன்றும் இல்லை.
உலகத்தையே உங்களுக்குத் தருவதாக
உறுதிமொழி எல்லாம் அளிக்கமாட்டார் அவர்.
சொர்க்கத்துக்குக் கிளம்பும் அடுத்த ராக்கெட்டில்
உங்களுக்கு ஒரு இடம் பிடித்துக் கொடுக்க மாட்டார்.
ஆனாலும், உங்களுக்கு ஏதாவது
எலும்பு முறிந்துபோனதென்றால்
கட்டாயம் சரிசெய்து விடுவார்.

யஷ்வந்த்ராவ் போல் நான் தினசரி வாக்கிங் போகும் பூங்காவில் ஒரு விநாயகர் உண்டு. மக்களின் கடவுள். இவர் குளிக்க நீரை பூங்கா கழிவறைக் குழாயில் இருந்து ரப்பர் குழாய் மூலம் பிடித்து வைப்பார் குருக்கள். சந்தோஷமாகக் குளித்து முடித்து பக்தர்களுக்கு அருள் செய்ய மின்னி மின்னி எரியும் டியூப் லைட் வெளிச்சத்தில் உட்கார்ந்துவிடுவார் கடவுள்.

வருகிற பக்தர்கள் ஷூ அணிந்து ஓடியபடி ஒரு வினாடி நிற்பார்கள். நின்று கும்பிட்டுவிட்டு அதே படிக்குத் திரும்ப அடுத்த ரவுண்ட் ஓடுவார்கள். சிலர் சாமர்த்தியமாக கோவிலைச் சுற்றியே ஐம்பது ரவுண்ட் செருப்புக் காலோடு ஓடி ஒவ்வொரு தடவையும் கும்பிட்டு காலுக்கும் கைக்கும் உடற்பயிற்சி பெற்ற சந்தோஷத்தோடு திரும்புவார்கள்.

இன்னும் சில பக்தர்கள் ஓடத் தொடங்கும் முன் அவர்களுடைய ஹெல்மெட், தண்ணீர் பாட்டில், ஜலதோஷ இன்ஹேலர் இன்ன பிற சொத்துக்களை, சிலர் கால் செருப்பையும், பிள்ளையார் பொறுப்பில் அவர் முன்னால் வைத்துவிட்டு நடப்பார்கள். ஓடுவார்கள். அவர் அதுக்கெல்லாம் காசு வாங்காத காவல்காரனாக ஊழியம் செய்தபடிக்கு உட்கார்ந்திருப்பார்.

நேற்று மாலையில் பார்த்தது இது. பூங்காவைச் சுற்றி காம்பவுண்ட் சுவர் எழுப்பி, நடுநடுவே இரும்புக் கம்பிகளால் தடுப்பு கொடுத்திருக்கிறார்கள். காம்பவுண்ட் சுவருக்கு வெளியே சுற்றி விரியும் தெருவில் கூரியர் தபால் கம்பெனி, தினசரி ஏசி பஸ் தமிழகமெங்கும் ஓட்டி விபத்துக்குள்ளாக்கும் கம்பெனி, அதன் பஸ்களில் ஏற்ற சின்னச் சின்ன பார்சல்களைச் சேகரித்துப் போட்டு அனுப்பத் தோதான மினி லாரிகள் நிற்கிற இடம், புதுசான புரட்சித் தலைவி டிபன் ஹவுஸ், மோட்டார் டயர் ரிடிரீடிங் கம்பெனி, பதிப்பகம் இப்படிப் பல தினுசாக வியாபார நிறுவனங்கள்.

மினி லாரி டிரைவர் ஒருத்தர் லோடு எடுத்துப் போக வேண்டிய அவசரத்தோடு சுவருக்கு அந்தப் பக்கம் நின்று விநாயகரை விக்னம் தீர்ந்த விபத்தில்லாத பயணத்துக்காக வணங்கிக் கொண்டிருக்கிறார். கையில் புகைந்த சிகரெட், கம்பிக்கு மேல் பத்திரமாக வைக்கப்பட்டு புகை வந்தபடிக்கு இருக்கிறது.

பூங்கா விநாயகரின் குருக்கள் கற்பூர தீபம் காட்டி தீபத் தட்டோடு காம்பவுண்ட் சுவரோரம் நடக்கிறார். கம்பிகள் வழியாகத் தீபாராதனைத் தட்டு நீட்டப்பட மினி லாரி டிரைவர் கண்ணில் ஒற்றிக்கொண்டு காக்கிச் சட்டைப் பையில் இருந்து பத்து ரூபாய் எடுத்துத் தட்டில் போட்டுவிட்டு குருக்கள் கொடுத்த திருநீற்றை நெற்றி நிறைய இட்டுக்கொண்டு கிளம்புகிறார்.

போகிற அவசரத்தில் பாதி புகைத்த சிகரெட்டை மறந்துவிட்டார். குருக்கள் வலது கையில் அணைந்துகொண்டிருக்கும் தீபாராதனையோடு, இடது கை விரல் நுனியால் காம்பவுண்ட் சுவரில் வைத்த சிகரெட்டைத் தள்ளிவிட்டு, கையை வேட்டியில் துடைத்தபடி அடுத்த ஷூ அணிந்த பக்தருக்கு பிரசாதம் தர நடக்கிறார். 'சகலத்துக்கும் அட்ஜஸ்ட் செய்து அருள் பாலிக்கும் அஷ்ட சித்தி கணபதி'க்கு நானும் மனதில் ஒரு கும்பிடு போடுகிறேன்.

> பூங்கா கணபதி பூசாரி எங்கேபார்
> ஓங்காரம் சொன்னபடி ஓரமாய் சாய்ங்காலம்
> தும்பிக்கை சாமியை நம்பிடும் பக்தனுக்குக்
> கம்பிக்குள் தீபம் நுழைத்து.

இவ்வெண்பாவுக்குச் சுடச்சுட ஒரு பதில் வெண்பாவும் உண்டு காணீர் உலகீரே. நண்பர் கிரேஸி மோகன் அருளிச் செய்தது

> தம்பிக்குக் காதல் துணைபோன தந்திக்குக்
> கம்பிக்குள் கற்பூரம் காட்டினாலும் நம்பிக்கை
> கோர்க்கும் அடியார்க்குக் கோரியன தந்திடுவார்
> பார்க்கில் கணபதி பார்.

எம்.எப்.உசைன்

எம்.எப்.உசைன் மறைவு பற்றிய செய்தி கிளப்பிய பொடியும் நெடியும் ஓய்ந்து ஒடுங்கக் காத்திருந்து இதை எழுதுகிறேன்.

உசைனுடைய ஓவியங்களை எப்படி வகைப்படுத்தலாம்? மெல்லிய வண்ணங்களும் அங்கங்கே கான்வாஸில் தூரிகையின் நடனம் தெரிய விட்டுவைத்த கீறல்களுமாக, அகவயமான சிந்தனையைத் தூண்டும் இம்ப்ரஷனிசம் இல்லை அது. இம்ப்ரஷனிசம் பத்தொன்பதாம் நூற்றாண்டோடு முடிந்துபோன ஓவிய மரபு.

கடந்துபோன இருபதாம் நூற்றாண்டு, ஓவியத்தில் பிளாஸ்டிக் யுகம். கண்ணைப் பறிக்கிற வர்ணங்கள், அதிர வைக்கும் எக்ஸ்பிரஷனிச வெளிப்பாடு, மிகுந்த கவனத்தோடு ஏற்படுத்தப்பட்ட ஒழுங்கின்மை, கொஞ்சம் பழமையை எட்டிப் பார்த்துக் குசலம் விசாரித்துவிட்டு வரும் நியோ கிளாசிக்கலிசத் தன்மை என்று கலந்துகட்டியாக விரியும் காலகட்டம் இது. இதுவே ஓவிய மரபில் சிறந்த காலம் என்ற வியத்தல்களையும், மகா கேவலமான ஓவியங்களின் காலம் என்று கரித்துக்கொட்டுகிற விமர்சனங்களையும் கடக்கலாம். அவைபற்றி எழுதப்போவதில்லை.

இருபதாம் நூற்றாண்டு ஓவிய மரபில் முக்கியமாக இரண்டு கோத்திரங்கள் உண்டு. மகானுபாவர் பிகாஸோ உருவாக்கி உலகுக்கு அளித்த கியூபிஸம். மற்றும் மகரிஷி என்றி மடீஸ் (மடிஸே என்பர் பலர்) வகைப்படுத்தியளித்த பாவிஸம். இந்த இஸங்களைப்

இதுவும் அதுவும் உதவும்

பற்றி இன்னொரு நாள் முஸ்பாத்தியாகக் கதைக்கலாம்.

இந்திய பிகாஸோ என்று அறியப்பட்ட உசைன் எந்த வகை? பப்ளிக் சர்வீஸ் கமிஷன் பழைய கேள்வித்தாள் போல், கேள்வியிலேயே பதிலும் இருக்கே என்று கெக்கலி கொட்டிச் சிரிக்க வேண்டாம். உசைன் கியூபிஸ்ட் இல்லை, இல்லவே இல்லை. அவருடைய ஓவியப் பாணி என்றாகப்பட்டது நிறைய பாவிஸம் பிளஸ் பாரம்பரிய இந்திய ஓவிய மரபு பிளஸ் எக்கச்சக்கமான சர்ச்சை.

பாணி இருக்கட்டும், ஒரு பிதாமகன் போல் இந்திய ஓவியப் பெருவழியில் பவனி வந்த உசைன் தொண்ணூற்றைந்தாவது வயதில் இறந்ததும் கபர் அடக்கமானதும் அவர் பிறந்த மகாராஷ்டிரத்தில் இல்லை, வெகு தொலைவில் அமைந்த சின்னத் தீவான பிரிட்டனில். கடைசி முகலாயச் சக்கரவர்த்தி பஹதூர் ஷா ஸபர் ரங்கூனுக்கு நாடு கடத்தப்பட்டு அங்கே தில்லியை நினைத்து ஏங்கி இறந்ததுபோல் உசைன் ஏங்கியிருந்தார் என்கிறார்கள் அவருடைய ரசிகர்கள்.

இந்தியாவின் சிறந்த ஓவியர்களில் ஒருவரான உசைனின் கோடுகளும் வண்ணங்களும் அவருக்குப் பின்னால் வந்த இரண்டு தலைமுறைகளில் பல ஓவியர்களைக் கலாபூர்வமாகப் பாதித்தவை. அவர்களின் படைப்பின் சாயலை, அழுத்தத்தை, பொருளை, உருவாக்கிய விதத்தில் வெளிப்பட்ட பாதிப்பு இது.

உசைன் மறைந்ததற்கு அடுத்த நாள் துவைத்த வெள்ளை வேட்டியைக் காயப்போட்டு விட்டு, உசைன் மறைவுக்கு அஞ்சலி செலுத்த ஏற்படுத்திய ஓவியம் இது என்று டர்க்கி டவலோடு நின்றபடிக்கு சாதித்த என் நண்பரும் உசைனையே உதாரணம் காட்டினார் இது மினிமலிஸ்ட் ஓவியமுங்க. அவர் செஞ்ச மாதிரி.

மும்பை ஜஹாங்கீர் ஆர்ட் கேலரியில் ரெண்டு அரங்குகள் முழுக்க வெள்ளைத் துணி சுற்றி ஸ்வேதாம்பரி என்ற பெயரும் கொடுத்து அவர் இருபது வருடம் முன்பு ஓவியக் கண்காட்சி ஒன்றை நடத்தினாரே, அந்த நினைவைப் போற்றத்தான் இப்படி வேட்டிக் கண்காட்சி என்று துண்டுச் சொற்பொழிவே நடத்தி விட்டார்.

பேட்டை பேப்பர் உட்பட எல்லாப் பத்திரிகைகளும் உசைன் மரணத்தைப் பற்றி எழுதிவிட்டன. தமிழில் கொஞ்சமாகத்தான்.

இங்கேயே இருந்து வரைந்து இறந்த சில்பிக்கோ, எஸ்.ராஜத்துக்கோ கூட இவ்வளவு நியூஸ் ஸ்பேஸ் கிடைக்கவில்லை. இவ்வளவுக்கும் கோவில், சந்நிதி, சிலாரூபம் என்று மரபு பூர்வமாக வரைந்தவர்கள் இவர்கள். ஓவியம் பற்றிய சராசரியான புரிதலுக்கு இவர்களே முக்கிய பக்கபலம்.

உசைனின் மரணம் மலையாளப் பத்திரிகை மாத்ருபூமி முதல் பக்கத்தில் முதலாவது தலைப்புச் செய்தியாக வந்தது அதிசயமில்லை. ஓவியர் அல்லது இலக்கியத் தரம் வாய்ந்த எழுத்தாளர், கவிஞர், கதகளி ஆட்டக்காரர், செண்டை மேளக்காரர் யாராவது மறைந்தாலும் மலையாளப் பத்திரிகைகள் முதல் பக்கத்தில் விம்மத் தொடங்கிவிடும். அந்த அழுகை நீண்டு, எட்டாம் பக்கத்தில் பொட்டிக் கரஞ்சு நாலைந்து அழுவாச்சி கட்டுரைகளும் பழைய படங்களுமாக நிரப்பிவிடுவார்கள். அங்கே இடம்பெற வேண்டிய உம்மன் சாண்டியோ, அச்சுதானந்தனோ ஒருநாள் பொறுத்துத்தான் ஆகவேண்டும்.

உசைனின் மறைவை மலையாளம் மட்டுமில்லாமல் ஆங்கிலப் பத்திரிகைகளும் அதேபடிக்கு பேனர் ஹெட்லைன் கொடுத்து பிரசுரித்தன. எந்த எழுத்தாளருக்கும், ஓவியருக்கும் இதுவரை கிடைக்காத மரியாதை இது. கவிஞரும் கோட்டோவியருமான அருண் கொலட்கர் மறைந்ததை இதே இங்கிலீஷ் பத்திரிகைகள் எட்டாம் பக்கத்தில் ஓரமாக அச்சடித்து ஒப்பேற்றினார்கள்.

பூபேன் கக்கர் நிலைமை இன்னும் மோசம். அவருடைய செக்ஸ் ஈடுபாடு பெண்கள் குறித்து இல்லை என்ற மாபெரும் பாவம் வேறே அவருக்கு முக்கியத்துவம் அளிக்கக் குறுக்கே நின்றது. இல்லாவிட்டாலும் பூபேனை யாருக்குத் தெரியும்?

மரபு சார்ந்த ஓவியர்களிலேயே, முன்னே குறிப்பிட்ட சில்பியையும், எஸ்.ராஜத்தையும் (இவர் இசைமேதையும் கூட) எத்தனை ஆங்கிலப் பத்திரிகைகள் முக்கியமானவர்களாகக் கருதி முதல் பக்கத்தில் இறப்புச் செய்தியைப் பிரசுரித்தன? உசைனுக்காக என்.ராம் இந்து பத்திரிகை முதல் பக்கத்தில் கிட்டத்தட்ட தலையங்கமாக எழுதி இருக்கிற ரெக்யூம் போலவெல்லாம் தமிழ்நாட்டு எழுத்தாளர், ஓவியர் யாருக்கும் கிடைக்காது.

உசைன் மறைவதற்குக் காத்திருந்தது போல் ஷோபா டே

முதற்கொண்டு ஷியாம் பெனகல் வரை பத்திரிகைப் பத்திகளை ஒரு வாரம் ஆக்கிரமித்துக் கொண்டு பேசியபடி இருந்தார்கள். நல்ல ஓவியர். சரி. சொந்த நாட்டில் இருந்து கடைசிக் காலத்தில் நிம்மதியாக வசிக்க முடியாமல் துரத்தப்பட்டவர். தவறுதான். அரசாங்கம் தலையிட்டு மதச் சார்பின்மையை வெளிப்படுத்தாமல் போனது துரதிர்ஷ்டம். ரொம்பவேதான். அண்ணா ஹசாரே லோக்பால் மசோதாவுக்காக ஆணையிடுவது போல் உசைனுக்கு வரும் ஆகஸ்ட் பதினைந்தாம் தேதிக்கு முன் பாரத ரத்னா பட்டம் வழங்க வேண்டும். ஆர்டர் ஆர்டர்.சரி, வழங்கிட்டாப் போச்சு.

என்ன மாதிரியான ஆளுமை இந்த உசைன்?

ஆரம்பத்தில் அதாவது ஐம்பதுகளில் நாள் முழுக்க சாரத்தில் ஏறி நின்று சினிமா போஸ்டர் வரைந்து துண்டு துணுக்காகச் சம்பாதித்துக் காலத்தை ஓட்ட வேண்டிய கஷ்ட ஜீவிதம்தான் உசைனுக்கு விதிக்கப்பட்டிருந்தது. மும்பாயின் சந்து பொந்து முழுக்க சமூகத்தின் கீழ்மட்டத்தில் இருக்கக்கூடிய நண்பர்களைப் பெற்றுத் தந்தது அந்த வறுமை.

உசைனின் ஓவியத்தை சோத்பி ஏலக் கம்பெனிக்காக ‘ஒரு தரம், ரெண்டு தரம், மூணு தரம்’ சொல்லி ஏலம் விட்ட பெருமை கவிஞரும் மீடியா பிரபலமும் பழைய இல்லஸ்ட்ரேடட் வீக்லி ஆசிரியருமான பிரித்தீஷ் நந்திக்கே உரியது. எழுபதுகளிலேயே பத்து லட்ச ரூபாய் விலைக்கு ஏலம் போனவை அந்த ஓவியங்கள் என்கிறார் பிரித்தீஷ். அப்போதிருந்தே ஓவியம் உசைனுக்கு (அவர் வரையாத) தன லட்சுமியாகிப் பணத்தை அள்ளிக் கொட்டியிருக்கிறது.

புகழ் வந்திருந்தாலும் அதைப் பற்றி அலட்டிக்கொள்ளாமல், ப்ரித்தீஷ் நந்தியைக் கூட்டிக்கொண்டு மும்பையின் முடுக்குச் சந்து டீக்கடையில் தேத்தண்ணீர் சாப்பிட்டிருக்கிறார் உசைன். அந்தக் கடையில் சினிமா காலண்டர்களோடு உசைன் வரைந்த ஓவியமும் மாட்டி வைக்கப் பட்டிருந்ததாகச் சொல்கிறார் நந்தி. உசைன் என்ற கலைஞனின் ஒரு முகம் அது. ஓவியம் பணம் பண்ணும் சாதனமாகாத, மக்கள் கலை வடிவமாக அவருக்கு அப்போது இருந்திருக்கும்.

உசைன் ஓவியத்தைக் காசு கொடுத்து வாங்கி மாட்டுவது என்பது

ஒரு பேஷன் ஆன பிற்பாடு அரசாங்கமும் அந்தப் பணச் செலவில் ஈடுபட்டிருக்கிறது. அவர் ஓவியத்தின் இந்தியத் தன்மையையோ, நவீனத் தன்மையையோ சிலாகித்து இல்லை இப்படி வாங்கியது. எல்லோரும் வாங்குகிறார்களே என்று கொட்டேஷன் கேட்காமல் கேரள அரசாங்கம் எந்த முதலமைச்சர் காலத்திலோ வாங்கிப் போட்டதை இப்போது உம்மன் சாண்டி சர்க்கார் வெராந்தாவில் பழைய மேஜை, நாற்காலி, ஓட்டை உடசல் ஒட்டடையோடு போட்டு வைத்திருக்கிறதாக மாத்ருபூமி புகைப்படம் போட்டுக் காட்டுகிறது.

தில்லியிலேயோ, ஒன்று இல்லை, கைநிறைய, 42 உசைன் ஓவியங்களை அரசு விமானப் போக்குவரத்துத் துறையில் வாங்கினார்கள். பத்திரமாக தூசி அண்டாமல் பபிள் பேக்கில் அடைத்தார்கள். மூன்று வருடமாக இந்திரா காந்தி சர்வதேச விமான நிலையத்தில் பதின்மூணுக்குப் பதினைஞ்சு அடி ஸ்டோர் ரூமில் அதையெல்லாம் அடுக்கி வைத்து ஊறுகாய் போட்டுக் கொண்டிருக்கிறார்களாம். படங்களை ஏலத்தில் விற்றுக் காசாக்கியாவது உத்திரப்பிரதேச கிராமப்புறத்தில் ரோடு போட உபயோகப்படுத்தலாம்.

வாங்கினவர்கள் வீட்டில், ஆபீசில் மாட்டி ரசித்தால் என்ன, கோணிச் சாக்கில் மூட்டை கட்டி வைத்தால் என்ன, இதற்கெல்லாம் கவலைப்படாமல் அசுர சாதனையாக உசைன் வரைந்து தள்ளிக் கொண்டுதான் இருந்திருக்கிறார். பிரபுதேவா கூட ஒரு தடவை உசைனைப் பார்த்து உங்க குதிரை படம் எனக்குப் பிடிக்கும் என்று சொன்னபோது, கடகடவென்று அவருக்காக ஒரு குதிரையை வரைந்து கொடுத்துவிட்டார். உசைனுக்கு உலக அளவிலும் பிரபுதேவாவுக்கு உள்ளூர் அளவிலும் கல்ட் ஸ்டேடஸ் வந்திருந்த நேரத்தில், அதாவது ஒரு பத்து வருடம் முன்னால் நடந்த நிகழ்ச்சி என்று தெரிகிறது. பிரபுதேவாவை ஆடவோ, நிறுத்தவோ சொல்ல இந்த உத்தியை உசைன் பின்பற்றி இருக்கக் கூடும்.

படம் வரைந்ததெல்லாம் போக, ஒழிந்த நேரத்தில் குறும்படம் எடுத்து பெர்லினில் தங்கக் கரடி பரிசும் வாங்கி வந்திருக்கிறார் உசைன். இந்தி நடிகை மாதுரி தீட்சித் மேல் கைக்கிளை மீதுற, அவர் ரசிகராக இருந்து ஆராதகராகி அவரைக் கதாநாயகியாக்கி சினிமாவும் எடுத்துக் கையைச் சுட்டுக்கொண்டிருக்கிறார்.

உசைன் சுவாரசியமான மனிதர்தான்.

உசைனின் தனிமனித சுதந்திரத்தை, படைப்பாளி என்ற முறையில் கருத்தை ஓவியமாகச் சொல்லும் உரிமையைப் பற்றி, அவற்றைத் தடைசெய்ததைப் பற்றி எல்லாம் கடுமையான வார்த்தைப் பிரயோகங்களில் அறிவுஜீவிகள் தூற்றுகிறார்கள். உசைன் விஷயத்தில் தனிமனித சுதந்திரத் தலையீடு அதிகமாகவே நடந்திருக்கிறது, நாடே அதற்காக வெட்கித் தலைகுனிய வேண்டும் என்கிறார்கள். இது கொஞ்சம் கஷ்டமாச்சே. ஒண்ணு, ஒண்ணரை லட்சம் பேரைத் திரட்டி, வரும் வெள்ளிக்கிழமை காலை ஏழே காலுக்கு ரெண்டு நிமிஷம் தலைகுனிந்து நில்லுங்கள் என்று ஆணையிட்டு நிறைவேற்ற முடியாது. நான் வேண்டுமானால் குளித்தபடிக்கு தலைகுனிந்து தலையில் ஊற்றிய கார்ப்பரேஷன் தண்ணீர் காதில் அடைக்கிறதைச் சட்டை செய்யாமல் நிற்கிறேன்.

உசைன் இறந்தது எங்க ஊர் பாஷையில் சொன்னால் கல்யாணச் சாவு. 95 வயது இருந்து நிம்மதியாக உயிரை விடக் கொடுத்து வச்சிருக்கணுமே. இளைஞனாக வாழ்க்கையை ஆரம்பித்தபோது பாலிவுட் படங்களுக்கு பேனர் வரைந்து காசு சம்பாதித்து கஷ்டம் ஜீவனம் நடத்தவே அவர் விதிக்கப்பட்டார் என்றாலும், நாற்பது வயதுக்குள் ஓவியம் அவருக்கு சகலவிதமான மரியாதைகளையும், கவுரவங்களையும், அதைவிட முக்கியமாக அன்றாட வாழ்க்கைக்கான எல்லா சவுகரியங்களையும் பெற்றுத் தந்தது. ஏழெட்டு ஸ்போர்ட்ஸ் கார்கள், பங்களா, பேங்க் பாலன்ஸ், 2-ஜி அண்ணாச்சிகள் போல் இல்லாவிட்டாலும் சுமார் கோடீஸ்வரன் ஸ்டேட்டஸ் போன்ற அற்ப சமாசாரங்களும் அதில் அடங்கும்.

வண்ணத்தை பிரஷ்ஷில் தோய்த்து கான்வாசில் தீற்றினால் பணம் என்றான போது செய்தியின் மத்தியில் எப்போதும் இருக்கவேண்டிய தேவை உசைனுக்கு ஏனோ மனதளவில் ஏற்பட்டு விட்டது. எப்படியாவது இந்தக் கவனிப்பைப் பெற அவர் முனைந்தார். ஓவியக் கண்காட்சி வைத்து, அங்கேயே சுடச்சுட தெய்வங்களின் நவீன பாணி ஓவியங்களை - அவர் சொன்னதால் அது நவீன பாணியாகி விட்டது- ஒரு வாரம் பொறுமையாக வரைந்து கடைசி நாள் எல்லா ஓவியங்களின் மேலும் வெள்ளைச் சாயத்தை வழித்துப் பூசி அழித்த குடாக்குத்தனத்தையும் இந்த நோஸ் பார் நியூஸ் மனப்போக்கின் வெளிப்பாடாகச் சொல்லலாம்.

கொஞ்சம் யோசித்துப் பார்த்தால் சாவுக்கு வருந்துகிற மும்முரத்தில் அறிவுஜீவிகளும், அப்படியாக நினைப்பவர்களும் மறந்த ஒன்று உசைனின் பிடிவாத குணம். சில நேரங்களில் அவரை மதிக்க வைத்த இந்தப் பிடிவாதம் ஓவியத்தோடும் நுண்கலையோடும் கொஞ்சமும் சம்பந்தப்படாத ஏராளமானவர்களை முகம் சுளிக்க வைத்தது என்பது உண்மை.

பிடிவாதமே பிரபலத்தைக் கூட்டத்தானோ என்றுகூடத் தோன்றும் அளவு உசைன் தன்னை ப்ரமோட் செய்துகொண்டார் என்றே தோன்றுகிறது. ஆயிரக் கணக்கில் செலவு செய்து அளவெடுத்துத் தைத்து டூ பீஸ் சூட் அணிந்துகொள்வார். ஆனால் காலில் அதோடு இசைந்தபடிக்கு ஷூ போடமாட்டார். கோலாபுரி செருப்பை மாட்டிக் கொண்டு கிளம்பிவிடுவார். ஷூ போடாமல் கிரிக்கெட் கிளப்புக்குள்ளோ, ஜிம்கானா கிளப்புக்கு உள்ளேயோ விடமாட்டேன் என்று பிடிவாதம் பிடிப்பார்கள். இவரைத் தடுத்து நிறுத்தியதும், இவர் வாக்-அவுட் செய்ததும் செய்தி ஆகும்.

அறிவு தோன்றி ஜீவிதம் தோன்றாத காலத்தில் இருந்து அறிவுஜீவிகளின் யூனிபாரம் என்று அறியப்பட்டு இருக்கும் பைஜாமா ஜிப்பா ஜோல்னா பை அலங்காரங்களோடும் காலில் பிய்ந்த செருப்போடும் போய் தடுத்து நிறுத்தப்பட்டால், ‘பாரதப் பண்பாட்டை மதிக்காமல் பழைய வெள்ளைக்காரப் பழக்கத்திலேயே மூழ்கிக் கிடக்கிற கறுப்பு துரை வர்க்கத்தின் மதிகெட்ட செய்கை’ என்று எல்லா மொழியிலும் எகிறலாம். கூடச் சேர்ந்து குதிக்க நாங்கள் நீங்கள் எல்லோருமே உண்டு. ஆனால் உசேனுடைய செருப்புக்காக அறிவுஜீவி வர்க்கம் லெட்டர்ஸ் டூ எடிட்டர் பத்திகளில் முறை வைத்துக்கொண்டு உருகியதில் எரிச்சல்தான் அதிகமாக வந்தது. இந்து பேப்பர் தலையங்கமே தீட்டிய நினைவு.

உசைன் அறுபதாயிரம் படங்கள் வரைந்ததாகச் சொன்னதைக் கூட கேள்வி கேட்காமல் ஏற்றுக்கொண்டார்கள். இருபது வயதில் வரையத் தொடங்கி, அடுத்த எழுபத்தைந்து வருடம் ஒரு நாளைக்கு ஒரு படம் என்று சளைக்காமல் வரைந்து தள்ளிக் கொண்டிருந்தாலும் அவர் இருபத்தேழாயிரம் படத்துக்கு மேல் வரைந்திருக்க முடியாது. சமச்சீர் கல்விக் கணக்கு இவர்களுக்கு அப்பாற்பட்டது.

இதுவும் அதுவும் உதவும்

இலக்கியம், தேடிப் போய்ப் படிக்கிற வாசகர்களுக்கு. படித்து, புரிந்து, மனதை இன்பப்படுத்துகிற, துன்பப்படுத்துகிற எழுத்து என்றால் எதிர்வினை கிடைக்கும். படித்தவர்கள் கருத்தைச் சொல்லலாம். படிக்காததைப் பற்றி எழுதுவது என்பது எழுத்தாளர்களுக்கு மட்டுமான ஏகபோக உரிமை என்பதை மறக்கக் கூடாது.

ஆனால் ஓவியம் அப்படி இல்லை. பார்வை ஒன்றே போதும். சராசரி மனிதனுக்கு ஓவியம் ஒரு 'போலச் செய்தல்' இது நாய், இது குதிரை, இது பக்கத்து வீட்டுத் தாத்தா என்று 'அச்சு அசலாகப் படம் போட்டால்' நல்ல ஆர்ட்டிஸ்ட். அவ்வளவுதான் காமன் பெர்சப்ஷன். பழைய இலக்கியங்கள் ஓவியத்தைப் பற்றிச் சொல்லும்போது புனையா ஓவியம், சித்திரத்தில் இருந்தல் போல என்றெல்லாம் பிரயோகங்கள் தட்டுப்படுகின்றதால், நம் முன்னோரும் நம் போலவே ஓவியத்தின் நிஜத்தைப் புனையும் தன்மையையே முன்னிறுத்தி ரசித்திருப்பது புரிகிறது.

ஓவியத்தை மட்டுமில்லை, தெய்வங்களையும் ஆந்த்ரோ போமார்பிகலாக, மனித வடிவிலும், மிருக வடிவிலும், இரண்டும் கலந்தும் கற்பனை செய்வதே இங்கு மரபு.

உசைன் ஓவியங்களில் இந்துக் கடவுளர்கள், முக்கியமாக பெண் தெய்வங்கள் சித்தரிக்கப்பட்ட விதம் சாமானிய மனிதர்களிடையே கண்டனத்தை உருவாக்கியதற்கு காலம் காலமாக இங்கே இருக்கப்பட்ட இந்தப் புரிதலும் ஒரு முக்கியமான காரணம் ஆகும். நிர்வாணமான பெண் தெய்வங்கள் நிர்வாணத்தைச் சொல்லவில்லை. பவித்திரத்தைச் சொல்கின்றன என்று உசைன் சொன்னால், விமர்சகர்கள் வேண்டுமானால் கண்ணாடியைத் துடைத்துப் போட்டுக்கொண்டு ஆமோதிப்பார்கள். 'தூக்கிக் கடாசுடா' என்பான் ஓவியக் கோட்பாடு புரியாதவன்.

அவனைச் சொல்லிக் குற்றம் இல்லை. ஆனால், ஹிட்லர் படத்தை நிர்வாணமாக வரைந்துவிட்டு (இதே ஓவியத்தில் தலை இல்லாமல் முண்டம் மட்டுமாக மகாத்மா காந்தியும் உண்டு) உசைன் சொன்னார் யூதப் படுகொலை புரிந்த ஹிட்லரை அவமானப்படுத்தவே இப்படி வரைந்தேன்.

அதெப்படி நிர்வாணமான சரஸ்வதியும், துர்க்கையும் புனிதத்தின்

அடையாளம், ஆனால் மொட்டைக் கட்டை ஹிட்லர் அவமானச் சின்னம்? விளக்க விமர்சகர்கள் உண்டு. உசைன் மறைவுக்கு வருந்தி முடிந்ததும் வருவார்கள்.

உசைனின் நிர்வாணப் பெண் தெய்வ ஓவியங்களை எதிர்த்தவர்கள் பாசிஸ்ட்களும் சனாதனிகளும் என்று சாதிப்பது இந்திய அறிவுஜீவிதத்துக்கே உரிய கரட்டு வாதம். இவர்களோடு ஒன்றுபடாதவர்கள் எல்லாரும் வலதுசாரி என்று நினைப்பது மகா கொடுமை. எந்தப் பக்க வாதமும் இல்லாத ஆரோக்கியமான நடுநிலைமையாளர்களாக இருக்கக் கூடாதா என்ன உடன்படாத அவர்கள்?

சிருங்காரத்தையும் காமத்தையும் ஓவியத்தின் மூலம் சொன்ன இன்னொரு பிரபல நவீன ஓவியரான கணேஷ் பைனேயும் இப்படி எதிர்ப்புத் தெரிவித்திருக்கிறார் என்பதை யாரும் சொல்வதில்லை. கணேஷ் பைனே கடவுளை நிர்வாணமாக வரைந்ததில்லை. தெய்வங்களை வம்புக்கு இழுக்காமலேயே அவருக்கு நவீன ஓவியம் வரைய காவியத்திலும், கவிதையிலும் கருப்பொருள் தட்டுப்பட்டது. ஆனால் உசைனுக்குப் பெண் தெய்வங்கள் ஓவியத்தில் உட்கார கட்டாயம் தேவைப்பட்டார்கள். சச்சரவுக்கு அதைவிட வேறே என்ன வழி இருக்க முடியும்?

உசைனுக்கு எதிர்த் தரப்பில் மும்முரமாகச் செயல்பட்ட சிவசேனைத் தலைவர் பால் தாக்கரே, உசைன் மறைவுக்கு இரங்கியது இங்கே கவனிக்கத்தக்கது. பால் தாக்கரே ஒரு வரைகலை ஓவியர் கார்ட்டூனிஸ்ட் என்பதை நினைவில் வைக்கவேண்டும். 'பிடிவாதத்தோடு தாம் நம்பிக்கை வைத்த நவீன ஓவியத்தில் தீவிரமாக ஈடுபட்ட கலைஞர் உசைன், இந்துக் கடவுளர்களைச் சித்தரிப்பதில்தான் அவர் சறுக்கி விழுந்தார். அல்லா அவர் ஆன்மாவுக்கு நிம்மதியை அளிக்கட்டும்' என்கிறார் தாக்கரே.

உசைனை இந்தியா நடத்தியதற்காகக் கோபப்படுகிற, உசைன் என்ற உன்னதக் கலைஞர் அற்பாயுசில் போனது உலக ஓவியக் கலைக்கே ஈடுசெய்ய முடியாத இழப்பு என்று உரக்கச் சொல்கிற அறிவுஜீவிகளின் அருள்வாக்குகளைக் கேட்கிற அக்கறையோடு பால் தாக்கரே சொல்வதையும் கேட்கிறேன்.

உசைனும் நானும்

எல்லோரும் உலர்த்தினாங்களே என்று எலி வாலை உலர்த்திய கதையாகச் சந்தடி சாக்கில் உசைன் பற்றிய என் அனுபவத்தையும் இப்போ பதிவு செய்யாவிட்டால் எப்படி?

81-ல் வங்கி அதிகாரியாக தில்லிக்குப் போய்ச் சேர்ந்தது டிபன்ஸ் காலனிக்கு. சேமிப்புக் கணக்கு வழக்குகளைக் கவனித்துக்கொள்கிற அதிகாரி. தினசரி நூறு பேரோடும், ஐநூறு செக்குகளோடும், நூறு பாஸ்புக்குகளோடும், நூற்றுச் சில்லறை செக் புத்தகங்களோடும் மல்லுக்கட்ட வேண்டும்.

சேவிங்க்ஸ் கணக்குக்காகத் தனியாக எடுத்துக் கூட்டிய இருப்புத் தொகை பாலன்ஸ் ஷீட்டோடு எப்பவும் ஒத்துவராது பிணங்கி நிற்கும். அற்பமான அந்த ஆறு பைசா வேற்றுமைக்காக பிராஞ்ச் மேனேஜர் ஆள் ஒழிந்த நேரங்களில் நரசிம்மாவதாரம் எடுத்து கேபினுக்குள் அழைத்து எகிறுவார். 'ஆறு பைசா டேலி ஆகலேன்னா என்ன புடுங்கிக்கும்னு கேக்காதே. இன்னிக்கு ஆறு, நாளைக்கு அறுபதாயிரமாயிடும். ஏதாவது ப்ராடு ஆச்சுன்னா, சீட்டைக் கிழிச்சு திகார் ஜெயில்லே அடைச்சு வச்சுடுவா உன்னை' என்று மயிர் சிலிர்க்கப் பயமுறுத்துவார்.

எட்டரை மணிக்கு ஷட்டரை ஏற்றினால், மேஜையைச் சுற்றிப் பெண்கள் கூட்டம். அறுபது தாண்டிய பஞ்சாபிப் பேரிளம் பெண்டிர் எல்லோரும். காலை உணவாக வெங்காயம் போட்ட ஆம்லெட் சாப்பிட்ட வாடையோடு, பர்மிங்ஹாமில் இருந்து

போன வாரமே வந்திருக்க வேண்டிய முன்னூறு பிரிட்டீஷ் பவுண்ட் வரவு பற்றி பஞ்சாபிப் பாட்டிகள் அதே மொழியில் வெங்காய ஏப்ப நெடிக்கு நடுவே வெடித்துச் சிதறுவார்கள். எல்லாரும் ரிடையர் ஆன ராணுவ அதிகாரிகளின் மனைவிகள். அந்த வயதில் கையில்லாத ரவிக்கை எதற்கு? பக்கத்தில் வந்து பாஸ்புக்கைக் காட்டி விளக்கும்போது கையை முகத்துக்கு நேரே கம்புக்கட்டு வரை தூக்கி ஏன் எனக்குக் கலாச்சார அதிர்ச்சி தரவேண்டும்? முடிகளையும் வாக்ஸிங்கும் வியர்வை வாடை நீக்கக் கைக்கு இடுக்கில் ஸ்ப்ரே செய்து கொள்ளும் டீ ஓடரண்டும் பழக்கமில்லாத கற்காலம் அது என்பதையும் சொல்லியாக வேண்டும்.

இவர்களை சமாளிக்க இந்த அதிகாரி நாடியது பஞ்சாபி சகாயத்தைத்தான். பெண் கிளார்க்குகள். என்னை சாப் என்று விளித்து, லெட்ஜரைப் புரட்டி ஒரு செக் பாஸ் செய்துவிட்டு, ஏக் துஜே கேலியே கதையை மும்முரமாகச் சர்ச்சை செய்யும் அழகிகள். ஒவ்வொருத்தரும் பக்கத்தில் வந்தாலே ரம்யமான லிப்ஸ்டிக் வாடை தூக்கலாகச் சூழும். உதவிக்கு இவர்கள் பக்கத்தில் வரும் சந்தோஷத்துக்காகவே ஸ்லீவ்லெஸ் ரவிக்கை பாட்டியம்மாக்களின் தொந்தரவை ஆவலோடு எதிர்பார்க்க ஆரம்பித்தபோது வீட்டில் கல்யாணம் பேச ஆரம்பித்திருந்தார்கள்.

உள்ள வேலையோடு கூட காசோலைகளை கிளியரிங் அனுப்புவது, பாதுகாப்புப் பெட்டகமான சேப் டிபாசிட் லாக்கர் நிர்வாகம், செக் புத்தகங்களைப் பாதுகாப்பாக வைத்து, கேட்கிற வாடிக்கையாளர்களுக்குக் கொடுத்து விவரம் பதிவது என்று கொசுறாக நூறு வேலை. ஒவ்வொரு செக்கிலும் வாடிக்கையாளர் அக்கவுண்ட் நம்பரை ரப்பர் ஸ்டாம்பில் அடிக்க கடைநிலை ஊழியர் உண்டு (இருக்க மாட்டார்). கடமைக்காக அவரை அழைத்து, நாமே முத்திரை குத்திப் பதிந்து, மேனேஜரின் கையொப்பம் பெற்று வாடிக்கையாளருக்குத் தரவேண்டும்.

முன்னீர்க்காவில் ராமநவமி பிட்நோட்டீஸை நாமக்கார மேனேஜர் ஜெயின் அலுமினியம் அசோசியேட்ஸ் கரண்ட் அக்கவுண்ட் வாடிக்கையாளருக்கு விநியோகித்து காணிக்கை வாங்கி லெதர் பையில் வைத்துக் கொள்கிறபோது உள்ளே போய் நின்றால் அவருடைய சயன அறையில் புகுந்த மாதிரி கோபப்படுவார். நேரம் காலம் பார்க்க வெளியே காத்திருந்தால், பூண்டு சாப்பிட்ட

பஞ்சாபிக் கிழவிகள் கோபித்துக்கொண்டு கூச்சல் இடுவார்கள். மேஜையைத் தட்டி ஜாக்கிரதையான ஓட்டை ஆங்கிலத்தில் ஏசுவார்கள். என் பஞ்சாபி உதவி சுந்தரிகள் எமக்கென்ன போச்சு என்று உதட்டைப் பிதுக்கியபடி இன்னொரு கோட்டிங் லிப்ஸ்டிக் பூசிக்கொண்டு 'பை பை' என்று நாலைந்து தடவை சொல்லி லிப்ஸ்டிக் ஈரத்தில் உதடு ஒட்டிக்கொள்வதை ரசித்துக் கொண்டிருப்பார்கள்.

அதிசயமாகக் கூட்டம் இல்லாமல் இருந்த ஒரு காலைப் பொழுதில் என் உதவிப் பெண்களோடு உலகைப் புரட்ட எழுதப்பட வேண்டிய நெம்புகோல் கவிதை பற்றிப் பேசி உய்ந்து கொண்டிருந்தேன். யாரோ வந்து கடுதாசியை நீட்டினார்கள். செக் புத்தகம் வேணுமாம். 'எங்க அப்பாவுக்கு... அவர் வெளிநாட்டில் இருக்கிறார்'. கொண்டு வந்த மகனே என்னைவிட பத்து இருபது வருடம் மூத்தவர் என்றால் அப்பா எத்தனை வயசானவராக இருப்பார் என்று தர்க்கமில்லாத கணக்கை மூளை போட்டது.

சட்டென்று அந்தக் கையெழுத்து கண்ணைப் பிடித்து இழுத்தது. எத்தனை ஓவியங்களில், பத்திரிகைகளில் கண்ட கையெழுத்து அது? கையால் அங்கங்கே பிசிறுதட்ட கிழித்த காகிதத்தில், 'ஒரு செக் புத்தகத்தை அனுப்பி வைக்கவும்' என்று ஒற்றை வரி கட்டைப் பேனாவில் எழுதிக் கீழே நீண்டிருந்த அந்தக் கையெழுத்து எம்.எப். உசைனுடையது. அவருக்கு பேங்கில் கணக்கு இருக்கிற விஷயமே அந்தக் கடிதத்தைப் பார்த்துத்தான் தெரியும்.

அடுத்த நிமிடம் அக்கவுண்ட் நம்பரைக் கண்டுபிடித்து, செக் புக்கை ஸ்டாக்கில் இருந்து எடுத்து, நிலுவை விவரம் பதிந்து, பயபத்திரமாக ஒவ்வொரு செக் இலையிலும் அக்கவுண்ட் நம்பரை ரப்பர் ஸ்டாம்ப் வைத்துக் குத்தி எடுத்துக் கொண்டு மேனேஜர் கேபினுக்குள் நுழைந்தேன்.

'செக் புஸ்தகம் கேட்கறான்னா சாயங்காலம் வரச் சொல்ல வேண்டியதுதானே? காலங்கார்த்தாலே எதுக்கு என் பிராணனை வாங்கறே?'

'சார், இது எம்.எப்.உசைனுக்கு செக் புக்'.

'யாராக்கும் அது? எகிப்து நாட்டு ஜனாதிபதியா?'

மேனேஜருக்கு நாம சங்கீர்த்தன பஜனை தெரியும், ராமநவமி நோட்டீஸ் தெரியும், மலைமந்திரில் சுப்பிரமணிய சுவாமிக்குப்

பங்குனி உத்திர லட்சார்ச்சனை ஏற்பாடு செய்யத் தெரியும். மற்றபடி சேவிங் லெட்ஜரில் ஒரு வாரமாக கணக்கு வழக்கில் மாட்டாமல் இழுத்தடித்து என்னைத் துன்புறுத்தும் ஆறு பைசா வேற்றுமையின் வேர்களை வினவத் தெரியும். கலையும் இலக்கியமும் அவர் கேபினுக்குள் தப்பித் தவறிக்கூட நுழைந்ததே இல்லை.

'எம்.எப்.உசைன் சார். பெரிய ஆர்ட்டிஸ்ட்.'

'பொம்மை போடறவாளை எல்லாம் தெரிஞ்சு வச்சு சேவிச்சுண்டு இருக்க எனக்கு என்ன வேலையத்துப் போச்சா? போய் ஸ்பெசிமென் புக்கை எடுத்துண்டு வா.'

அதாவது அவருக்குத் தெரியாத எம்.எப்.உசைனுக்கு செக் புத்தகம் தரமுடியாது. கையெழுத்தை சரிபார்க்க, கணக்குத் திறக்கும்போது உசைன் போட்டுக் கொடுத்த மாதிரி-கையெழுத்து கோர்த்து வைத்த பரேடு உடனடியாக வேண்டும்.

வேறே யாரும் இல்லாததாலும், உள்ளே தூசிக்கு நடுவே இருக்கும் பழைய ஸ்பெசிமென் கையெழுத்துப் புத்தகங்களைத் தேடி என் பஞ்சாபி உதவி அழகிகள் தும்மி இருமிக் கஷ்டப்பட வேண்டாம் என்ற நல்ல எண்ணத்திலும் நானே போய் அழுக்கில் புரண்டு தேடி ஸ்பெசிமென் புத்தகத்தோடு திரும்ப ஓடி வந்தேன்.

உசைனின் பழைய கையெழுத்தையும், கடுதாசியில் அவர் போட்டுக் கொடுத்ததையும் பக்கத்தில் பக்கத்தில் வைத்து ஆறு வித்தியாசம் பார்த்தார் மேனேஜர். ஒன்றைத் தலைகீழாகத் திருப்பி வைத்து மற்றதை அதை ஒட்டி நேரே வைத்து, கால்மாடு தலைமாடாக ஏற்படுத்திய அமைப்பு. அதன் மூலம் இரண்டும் ஒரே நபரின் கையெழுத்தா என்று கிரிமினல் குற்றவியல் வழியே அறிய முற்பட்டார். எந்த நிமிஷமும் பூதக் கண்ணாடியை ராமநவமி நோட்டீசுக்கு நடுவே லெதர் பையில் இருந்து எடுத்து இரண்டு கையெழுத்தையும் துணுக்குத் துணுக்காக ஆராயலாம்.

'முதல் எம்மும், எச்-ங்கிற எழுத்தும் கொஞ்சம் கோணலா இருக்கு இங்கே... அங்கே நேரா வந்திருக்கு... எத்தனை சொன்னாலும் ஒரே மாதிரி ஸ்ட்ரோக் இருக்கணும்னு தெரியவே மாட்டேங்கறதே இந்த கஸ்டமர்களுக்கு. நீ என்னத்தை பிடுங்கிண்டு இருக்கே எஸ். பி கவுண்டர்லே? கூப்பிட்டுச் சொல்லத்தானே புரமோஷனும் கூடுதல் சம்பளமுமா உன்னை இங்கே அனுப்பியிருக்கா?'

'சார், இது எம்.எப்.உசைன். உலகம் முழுக்க பிரபலமானவர்'

'என்னத்தே... ஷெனாய் வாசிச்சா மட்டும் போதாதுன்னு அவர்கிட்டே சொல்லு... இப்போ ஒருதடவை பாஸ் பண்றேன். இன்னொரு தடவை தப்பு தப்பா கையெழுத்துப் போட்டா செக் புக்கும் கிடையாது மண்ணாங்கட்டியும் கிடையாது. போய்க்கோ'

எம்.எப். உசைன் ஒரு வினாடியில் பிஸ்மில்லா கான் ஆன அதிசயத்தில் மூழ்கி நான் செக் புத்தகத்தோடு வெளியே வந்தேன். பொறுமையாகக் காத்திருந்த அவர் மகனிடம் செக் புத்தகத்தைக் கொடுத்துக் கையெழுத்தும் வாங்கிக் கொண்டேன்.

'உசைன் சாப் சமீபத்திலே இந்தியா வருவாரா?'

'அடுத்த மாசம் வருவார். என்ன விஷயம்?'

அவர் சிரித்தபடி கேட்டார்.

எம் எப் உசைனுக்கு எப்படி எப்பவும் ஒரே மாதிரி நெளிவு வளைவுகளோடு எழுத வேண்டும் என்று சொல்லிக் கொடுக்க வேண்டிய கடமை எனக்கு இருக்கிறது என்பதை அவரிடம் தெரிவிக்க வேண்டாம் என்று பட, விட்டு விலகினேன்.

'ஏம்ப்பா, இந்த ஸ்பெசிமென் புத்தகத்தை விட்டுட்டுப் போயிட்டியே. உங்க மாமனாரா திரும்பிக்கொண்டு போய் வைப்பார்?'

உள்ளே மேனேஜர் இரைந்துகொண்டிருந்தார்.

நான் திரும்ப உள்ளே போனபோது உசைனின் கையெழுத்து மேலே பேனாவால் கிறுக்கி செக் புத்தகம் கொடுத்த விவரத்தை மேனேஜர் பதிந்து என்னை நோக்கி விட்டெறிந்தார். 'ஃபைல் பண்ணித் தொலை இந்தக் கண்றாவியை'.

உசைனுடைய கோடுகளுக்கு கடும் எதிர்ப்புத் தெரிவித்த முதல் நபர் எங்க மேனேஜர்தான் என்பதில் சந்தேகமே இல்லை.

வசைகளே வாழ்க்கை வரிகளே காசு
உசைனவர் காலம் முடியும் - இசைந்து
இருந்தவர் இல்லையவர் எல்லை கடந்தார்
வரைந்தார் மறைந்தார் துறந்து.

ஊர் சுற்றப் போன கதை

வெளிநாடு போகிறபோதெல்லாம் ஆர்வமாக எதிர்பார்ப்பது தங்குகிற ஹோட்டல்கள் தரும் விதவிதமான அனுபவங்களை. இருபத்தைந்து வருடம் முன்னால் இது சிங்கப்பூரில் ஆரம்பமானது.

அப்போது வங்கியில் கம்ப்யூட்டர் துறை அதிகாரி. இன்னும் ஓர் அதிகாரியோடு விமானமேற்றிவிடுவதற்கு முன் கற்பூரத்தை அணைக்க வேண்டும், துண்டைப் போட்டுத் தாண்ட வேண்டும் ரக சத்தியங்களின் சாயலில் அதிகாரபூர்வமான உறுதிமொழிகள் எழுதி வாங்கப்பட்டன.

அதுவரை வங்கி வேலையாக வெளிநாடு போனவர்கள் மூணு வருஷமாவது குறைந்தது அங்கே குப்பை கொட்டிவிட்டு வர அனுமதிக்கப்பட்டவர்கள். இதில் சிலர், முக்கியமாக அந்நியச் செலாவணி வர்த்தகம் செய்யும் டீலர்கள் பேங்கை டீலில் விட்டுவிட்டு, போன இடத்திலேயே வேறே நிறுவனங்களில் வேலைக்குச் சேர்ந்ததுண்டு.

ஆகவே, நாலு மாசப் பயணமாக கம்ப்யூட்டர்மயப்படுத்தப்போன என்னைக் கையையும் காலையும் பிணைத்துக் கூட்டிப் போகிறது போன்ற கெடுபிடியோடுதான் அனுப்பினார்கள்.

கம்ப்யூட்டர் படிச்சவன், அப்படியே அமெரிக்கா ஓடிட்டா?

போய்ச் சேர்ந்து, வழுக்கிக்கொண்டு விரையும் சிங்கைச் சாலைகளின் தூய்மையில் மனதைப் பறிகொடுத்து, நகரத்தின் கட்டிட விநோதங்களில் மூழ்கியானது. உள்ளூர் பிராஞ்ச் மேனேஜரின் காரில் இருந்தபடிக்கே அகல விரித்த கண்ணோடு இதையெல்லாம் பார்த்துக்கொண்டிருந்தபோது ஒரு ஐந்து நட்சத்திர ஓட்டல் பக்கம் கார் நின்றது.

இவ்வளவு பெரிய இடத்தில் நம்மைத் தங்கவைக்கப் போகிறார்களா? உள்ளே போனதும் வீட்டுக்குக் கடுதாசி எழுதி ஆனந்தத்தையும் ஆச்சரியத்தையும் பகிர்ந்துகொள்ள வேண்டிய விஷயம் இல்லையோ இது. மனம் துள்ள வண்டியில் இருந்து மூட்டை முடிச்சோடு இறங்கினேன். மேனேஜர் கடுகடுப்போடு பார்த்தார்.

இங்கே என்ன கண்றாவிக்கு எறங்கறீங்க?

ஓட்டல்?

அது சரி, நீங்க என்ன மேனேஜிங் டைரக்டரா? உங்க தகுதிக்கு யோசியுங்க.

என்ன முயன்றும் என் தகுதி என்ன என்று தெரியாததால் அதற்காக அளவெடுத்தால் போல் யோசிக்க முயன்று தோற்றேன். வெட்கமே இல்லாமல், வேடிக்கை பார்க்கிற ஆர்வத்தோடு திரும்ப அந்த ஏசி காரில் தொடர்ந்து பயணம். ஏசி காரே எனக்குப் புதுசு அப்போது. வெட்கப்பட என்ன இருக்கு இதில்?

பத்து நிமிடம் சென்று சைனா டவுனில், தெலோக் ஆயர் தெருப் பக்கம் ஒரு பழைய கட்டடத்தின் முன்னால் ஆடியாடி வண்டி நின்றது.

இங்கேதான் தங்கணும். மூட்டையைத் தூக்கிக்குங்க.

நான் அறையை நோட்டம் இட்டேன். மாயவரம் லாட்ஜுக்கும் சிங்கப்பூர் பட்ஜெட் ஓட்டலுக்கும் ஒரே பெரிய வித்தியாசம் சிங்கப்பூரில் தென்பட்ட சீன முகங்கள். நான் உள்ளே போனதுமே ஒரு சீனப் பெண் பிளாஸ்டிக் பக்கெட்டில் தண்ணீர் நிறைத்து பாத்ரூமில் வைத்துவிட்டுப் போனாள். தண்ணீர் பம்பு ரிப்பேர் செய்து கொண்டிருக்கிறார்களாம். சிக்கனமாகச் செலவழிக்க வேண்டுமாம். இன்னும் ஒரே ஒரு வாளி தண்ணி? கேன் கேன்.

குளித்துவிட்டு ஆபீஸ் போகும் முன், வீடு மாதிரியே சௌகரியமான

ஓட்டல் கிடைத்த மகிழ்ச்சியை ஊரில் எல்லோருக்கும் பகிர்ந்து கொள்ள லெட்டர் எழுதிச் சட்டைப் பையில் வைத்துக் கொண்டேன்.

வாரம் ஒருமுறை தலைகாணி உறை மாற்றிவிட்டுப் போகிற மலேயாக்காரி முதுபெண், காலையில் டிவியைப் போட்டால் மலேசிய தேசிய கீதம், கவுண்டரில் அடிக்கடி மலம் மலம் என்று டெலிபோனில் பேசிக்கொண்டு குண்டூசியால் பல் குத்துகிற நடுவயது ஆண் ஆபரேட்டர், கீழ்த் தளத்தில் வருடக் கணக்காகத் தங்கி இருக்கிற ஜப்பானிய முதியவர்கள் சத்தமில்லாமல் உரையாடிக்கொண்டு சக்கர நாற்காலியில் உட்கார்ந்திருப்பது, 'சாங்கி சிறையில் முப்பது கசையடி பெற்ற குற்றவாளி' போன்ற திகில் தகவல்களோடு காலை நேரத்தை இனிமையாக்கும் ஸ்ட்ரெட்யிட் டைம்ஸ் பத்திரிகை, இருபத்தைந்து செண்ட் போட்டால் காபி விற்பனை யந்திரத்தில் சுடச்சுட வந்து விழும் காப்பி, செவன்லெவன் கடையில் முதல்முதலாகப் பார்த்த மைக்ரோஅவன் அடுப்பு, சீனர்கள் சாப்பிடும் தோசைக்கடை இதெல்லாம் இன்னும் மறக்காத சிங்கப்பூர் ஓட்டல் அனுபவங்கள்.

ஆபீசில் கேட்டபோது, மலம் என்றால் மலேய மொழியில் ராத்திரி என்று சொன்னார்கள். ஆமா, நீங்க கம்ப்யூட்டர் போடத்தானே வந்தீங்க (ஊர் வம்பு கேட்கவா) என்று மறைமுகமாக எகிறினார் மேனேஜர். அதானே, கம்ப்யூட்டர்காரனுக்குக் காது செவிடு, வாய் ஊமை, கண்ணும் கையும் மட்டும் சதா இயங்கியபடி இருக்கணும். ஊரிலிருந்து வரவழைத்த கொத்தடிமைக்கு விமானப் பிரயாணமும், சுமாரான ஓட்டலில் பேங்க் செலவில் தங்குவதுமே ஜாஸ்தி.

ஆனாலும் இதையெல்லாம் பொருட்படுத்துகிற மனநிலையில் நான் இல்லை. வேறே நாடு, வேறே கரன்சி, வேறே மொழிகளும் தமிழும். தினசரி திடுதிப்பென்று பத்து நிமிஷம் பெய்யெனப் பெய்து காணாமல் போகும் மழையைப் பொறுத்துக்கொண்டால் கொஞ்சம் சுவர்க்கத்தின் சாயல் கூட சிங்கப்பூரில் தட்டுப்பட்டது.

ராத்திரி செராங்கூன் வீதியில் சாப்பிட்டுவிட்டு வரும்போது ஓட்டல் முன்னால் சாய்வு நாற்காலி போட்டுச் சாய்ந்துகொண்டு மரைக்காயர் தட்டுப்படுவார். இரவுக் காவலாளி. அவரோடு இணைபிரியாத டேப் ரிக்கார்டரும் பக்கத்திலேயே வெற்றிலைப்

இதுவும் அதுவும் உதவும்

பெட்டிக்கு கம்பெனி கொடுத்துக்கொண்டு உட்கார்ந்திருக்கும். நாகூர் ஹனிபா பாட்டு கேசட் மட்டும்தான் போடுவார் மரைக்காயர். அந்த ராத்திரியில் அவர் பக்கத்தில் படிக்கட்டில் உட்கார்ந்து 'இறைவனிடம் கையேந்துங்கள்' கேட்டபோது நிஜமாகவே மனசுக்குள் தினசரி கையேந்தி நிறைவோடு தூங்கப் போயிருக்கிறேன். 'தென்றல் காற்றே கொஞ்சம் நில்லு' என்ற ஒரு பாடலைத் தவறாமல் போடுவார் அவர். அழகான புல்லாங்குழல் இசையோடு வரும் பாட்டின் தொடக்கமே சொல்லிவிடும் இது இளையராஜா இசை என்று. ராஜா பிரபலம் அடைவதற்கு முன் ஹனீபாவுக்காக இசையமைத்தது என்பார் ராவுத்தர்.

தெலோக் ஆயர் தெருவில் நூற்றைம்பது வருடப் பழமையான நாகூர் ஆண்டவர் தர்க்கா புதுப்பிக்கப்பட்ட செய்தியை இந்த வாரம் பத்திரிகையில் படித்தபோது மரைக்காயரும் அவருடைய ஹனீபா டேப் ரிக்கார்டரும்தான் நினைவு முழுக்க.

சிங்கப்பூரில் பட்ஜெட் ஹோட்டலில் தங்கிவிட்டு பாங்காங்கில் மூன்று நட்சத்திர ஓட்டலில் தங்க நேர்ந்தபோது நடுவே எட்டு வருடம் போயிருந்தது. நானும் பேங்கை விட்டு, தனியார் கம்ப்யூட்டர் கம்பெனிக்கு மாறி இருந்தேன்.

தேவதைகளின் நாடு தாய்லாந்து என்று கிளம்பும்போது வீட்டுக்காரி சொன்னாள். சந்தோஷப்பட்டேன். என்ன கொம்மாளி கொட்டிண்டு வருது? துர்தேவதைகளாக்கும் நான் சொன்னது. ஜாக்கிரதையா இல்லாட்டா கள்ளியங்காவு யட்சி கைவேலை மாதிரி ரத்தம், மாம்சம் எதுவும் உங்களதில்லை.

இப்படி பயமுறுத்தி அனுப்பப்பட்டு மந்திரித்த ஆடு போலவே பாங்காக்கில் போய் இறங்க, மலேசியன் ஏர்லைன்ஸ் விமானத்தில் என் பெட்டி மட்டும் வந்து சேரவில்லை.

ஞாயிற்றுக்கிழமை பிரயாணத்தில் கசங்கின பேண்டும் சட்டையுமாக, ஷேவ் பண்ணக் கூடத் தோன்றாமல் முள்ளம்பன்றி போல் உட்கார்ந்திருந்தபோது யாரோ கதவைத் தட்டினார்கள்.

போய்ப் பார்க்க அப்ரன் அணிந்த அப்சரஸ்.

பாட்ஜில் பெயர் இருந்தது. படிக்கவிடாமல் அதை எதுக்கு மார்பில் அணிய வேண்டும்? முழங்கையில் மாட்டி இருந்தால்

114

சர்வ சுதந்திரமாகப் படிக்கலாம் இல்லையா? என் கஷ்டத்தைப் புரிந்துகொண்டோ என்னமோ 'ரத்தானா' என்று அறிமுகப்படுத்திக் கொண்டாள்.

ரத்னா இல்லை. ரத்தானா.

நிலைமை சரியில்லை, அப்புறம் வா என்று சொல்வதற்குள் அவள் சுவாதீனமாக அறைக்குள் வந்து கதவைச் சார்த்திக் கொண்டாள். நான் துர்தேவதை பீதியோடு அவளைப் பார்த்துக்கொண்டு நாற்காலியில் இருந்தபடி டிவி ரிமோட்டை இயக்கினேன். தாய்லாந்து பகல் நேர சீரியல். அங்கேயும் அழுகிற பெண்கள் தான்.

திரும்ப வாசல் கதவு தட்டல். இந்தத் தடவையும் இன்னொரு அப்சரஸ். இவள் மலேசிய ஏர்லைன்ஸிலிருந்து வருகிறவள். என் பெட்டி கிடைத்துவிட்டது என்ற நல்ல சேதியோடு அதைத் திரும்ப ஒப்படைக்க வந்திருக்கிறாள். அவள் நாலு தடவை சிரித்து நாலு தடவை வணக்கம் சொல்லி நாலு தடவை கைகுலுக்கி ஒரு பூங்கொத்தையும் கொடுத்துவிட்டுப் போனாள். அது என்ன கணக்கு வழக்கோ?

ரொம்ப அழகான பெண் என்று படுக்கை விரிப்பை மாற்றிக் கொண்டே ரத்தனா சொன்னாள். அவளைக் கல்யாணம் செஞ்சுப்பியா என்று கேட்டாள். இத்தனைக்கும் இவளை அறிமுகப்படுத்திக்கொண்டே பத்து நிமிஷம்தான் ஆகிறது. எனக்குக் கல்யாணம் ஆன செய்தியை அவளோடு பகிர்ந்து கொள்ளாததற்கு, ஷேவ் செய்து கொள்ளாமல், பல் துலக்காமல், கசங்கின உடுப்போடு அவளோடு அரட்டை அடிக்க மனசு கேட்கவில்லை என்பதே அப்போதைய சாக்கு. அது பொய் என்று இப்போது சொல்லலாம்.

ஆனால் அதற்கு அப்புறம் ரத்தானாவோடு நிறையப் பேசினேன். கிட்டத்தட்ட ஒரு வருஷம் அதே ஓட்டலில் தங்கி இருந்தபோது எனக்குக் கிடைத்த முக்கிய சிநேகிதி ஆகிவிட்டாள் அவள். அது உடல்ரீதியான ஈடுபாடு இல்லை. முதல் தடவை சந்தித்தபோது எனக்கு இருந்த தாழ்வு மனப்பான்மை அவளை ரசிக்கவோ ஆராதிக்கவோ சொல்லவில்லை. அது பின்னணியில் எப்பவும் தொடர்ந்தது.

ரத்தானா தவிரவும் பெண் ஊழியர்கள் நிறைந்த ஓட்டல் அது. ஓட்டலுக்கு வரும் தெரு முழுக்க மசாஜ் பார்லர்கள். உள்ளே மசாஜில் ஆரம்பித்து சாவகாசமாக முன்னேறுவது எப்படி என்று புகைப்பட ஆல்பத்தோடு திரிகிற டாக்சி டிரைவர்கள், கண்ணாடிக் கதவுக்குப் பின்னால் தொடை வரை உடம்புத் தோல் நிறத்தில் இறுக்கமான சராயும் குட்டைப் பாவாடையுமாக அட்டணக்கால் போட்டு உட்கார்ந்திருக்கிற இன்னும் பல பேரழகான சப்பை மூக்கு கன்னியர்.

இது ஓட்டலுக்கு வெளிப்புற தாய்லாந்து என்றால் உள்ளே கண்ணியத்தோடு பழகும், அப்படிப் பழகுவதை எதிர்பார்க்கும் ரத்தானா போன்ற அழகான பணிப் பெண்கள்.

அவள்தான் என்னிடம் ஹோட்டல் காப்பி தண்டம், இதுக்குப் போய் முப்பது பாட் பணம் அழுவதைவிட தெருக்கோடியில் செவன் இலவன் கடையில் எட்டு பாட் கொடுத்தால் அருமையான காப்பி கிடைக்கும் என்று சொன்னவள். சலவைக்குத் துணி ஓட்டலில் போடுவதை விட, வெளியே பக்கத்துத் தெருக்களில் துவைத்துக் கொடுக்கிற கடைகளில் போட்டு வாங்கினால் ஏகமாகப் பணம் மிச்சம் ஆகும் என்று தெரிவித்தவள். ரூமில் இருந்து தண்ணி கூட ரூம் சர்வீசுக்கு போன் செய்து ஆர்டர் பண்ணாதே, பில்லில் தீட்டிவிடுவார்கள் என்று ஒருதடவை தண்ணீரோடு கரிசனத்தையும் கலந்து கொடுத்துவிட்டுப் போனாள்.

ஒரு ராத்திரி வேலை முடித்து ராத்திரி பதினொரு மணிக்குக் களைப்போடு ஓட்டலுக்கு வந்து சாண்ட்விச் கேட்க ரத்தானா தான் எடுத்து வந்தாள். நைட் ட்யூட்டியாம். படுக்கையில் நான் கால் நீட்டி உட்கார்ந்திருந்தேன். நீல நிறத்தில் மங்கிய விளக்கு. அவள் மேஜையில் சாண்ட்விச்சை வைத்துவிட்டு கட்டிலில் என் கால்மாட்டில் உட்கார்ந்தாள். கால் பிடித்து விடட்டுமா என்று விசாரிப்பு வேறே.

மனசு என்னமோ ஏதோ என்று றக்கை கட்டிப் பறந்தது. வீட்டில் சொல்லியனுப்பிய துர்தேவதை, கள்ளியங்காட்டு நீலி எல்லோரும் குருதிவாடையோடு சூழ்ந்ததாக ஒரு கிலி. ஆனாலும் என்ன ஆகும் என்று பார்ப்போமே என்று ஒரு கிளுகிளுப்பு. காலை அவள் கையில் கொடுத்து முழுசையும் இழக்கத் தயாரான மனநிலை.

ஆனால் அவள் தொடவில்லை. எழுந்து பக்கத்தில் வந்து குனிந்து கேட்டாள் 'நாளைக்கு மதியம் கிக் பாக்சிங் மேட்சுக்கு ரெண்டு டிக்கட் வாங்கித் தருவியா?'

எனக்கு அது பிடிக்காத விளையாட்டு என்றேன். உன்னை யார் பார்க்கச் சொன்னது? எனக்கும் என் பாய் பிரண்டுக்கும் என்று அவள் பதில் சொல்ல நான் தரைக்கு வந்தேன்.

ஓட்டல் அறை, அழகான இளம் பெண், அதுவும் சகலவிதத்திலும் அந்நியமானவள், ராத்திரி நேரம், அவள் பேச்சு இதெல்லாம் சேர்ந்து அவளை ஒரே நிமிஷத்தில் ஒரு போகப் பொருளாக மட்டும் பார்க்க வைத்திருக்கிறது. ரத்தமும் சதையும் மனமும் நினைவுமான பெண் என்பதை மறந்தேவிட்டேன். காதலிக்கப் படுகிற, காதலிக்கிற ஒருத்தி. என்னை இல்லை.

அடுத்த நாள் குத்துச் சண்டைப் போட்டிக்கு நான் டிக்கட் எடுக்க மறந்துபோய் ஆபீஸ் வேலையில் மூழ்கியிருந்தேன். ரெண்டு நாள் பார்த்து ரத்தானாவைப் பார்த்தபோது அவளும் அதை மறந்து போயிருந்தாள். வழக்கமான சிரிப்பும், நட்புமாக அந்தப் பெண் நடந்து போனபோது நிஜமாகவே தேவதையாகத்தான் தெரிந்தாள். துர்குணம் ஒரு நிமிஷம் ஆட்கொண்டது என்னைத்தான்.

தாய்லாந்து அனுபவம் இப்படி என்றால் இங்கிலாந்து அனுபவம் இன்னும் சுவாரசியமானது. அடுத்த வாரம் சொல்கிறேன் அதைப் பற்றி.

அசாரே எங்கே சாரே?

ஊழல் ஒழிப்பு இயக்கத்தின் தலைமையைக் காந்தியரான அண்ணா ஹசாரேயிடம் இருந்து ஹை ப்ரொபைல் கமர்ஷியல் யோகி ஒருத்தர் தட்டிப் பறித்துவிட்டார். டிவியில் யோகா சொல்லிக் கொடுக்கிறவர். வகுப்பில் முதல் வரிசையில் உட்கார்ந்து நாடு முழுக்க ஸீ டிவியில் தோன்றும் பெருமைக்காக ஐந்து லட்ச ரூபாய் கட்டணம் வாங்குகிற இந்தத் தொழில் முறை யோகியால் இந்தியா ஊழல் இல்லாத பூமியாக மலரப்போகிறது என்று நம்புகிற கூட்டம் பெருகிக்கொண்டே போகிறது. யோகி ஆதரவாளர்களுக்கும், இந்தியாவுக்கு சீஃப் எக்சிக்யூடிவ் ஆபீசராக இன்போசிஸ் நாராயணமூர்த்தியை நியமித்தால் நிலைமை உடனே சீர்திருந்தும் என்று நம்பும் கூட்டத்துக்கும் பெரிய வித்தியாசம் ஏதும் இல்லை.

ஹசாரே அண்ணா சொன்னாரே, கிரன் பேடி அக்கா சொன்னாங்களே என்று ரெண்டு மாதம் முன்னால் கையில் மெழுகுவர்த்தி ஏந்திப் பிடித்துக் கொண்டு மெரினா கடற்கரையில் ஊழல் ஒழிப்புக்காக கோஷம் போட்ட ஆர்வலர்கள் கூட்டத்தில் நானும் உண்டு. கால்சராயில் விழுந்து உறைந்த மெழுகு கூட இன்னும் முழுசாக சலவை செய்யப்படாமல் இந்திய ஊழல் நினைவுச் சின்னமாக அப்பி இருக்க, பொருட்படுத்தாது உடுத்திக் கொண்டு திரியும்போது மெழுகுவர்த்தி பிடித்த இன்னொரு கூட்டத்துக்கு அழைப்பு. உண்ணாவிரதம் இருக்க கோரிக்கை.

ஊழல் சர்வ வியாபகமாகப் போய்விட்டது போல் ஒழிப்பு இயக்கமும் டிவியில் பத்து நாள் பிரபலம் அடையும் மார்க்கமாகப் போய்விட்டது.

யோகியாரின் ஊழல் ஒழிப்புப் போராட்டத்துக்காக மெழுகுவர்த்தி வாங்குகிற அன்பர்களுக்கு அவருடைய மற்ற கொள்கைகள் தெரியுமா? உதாரணமாக ஆட்சி மொழி பற்றி?

சந்தேகமில்லாமல் இந்திதான். லோக்பால் மசோதாவும் சட்டமும் இந்தியில் வந்தால் யோகியோடு சேர்ந்து இந்தத் தமிழர்களும் ஆனந்தப்படட்டும்.

ஓரினப் புணர்ச்சியாளர்களை மனித நேயத்தோடு நோக்கி அந்த உறவுகளை மற்ற முன்னேறிய நாடுகள் போல் அங்கீகரித்த உச்ச நீதிமன்றத் தீர்ப்பை விமர்சித்தவர் ராமதேவ யோகியார். ஹோமோசெக்சுவாலிட்டி மகாபாவம் என்று சபிக்கிற இவருக்கு யாராவது கால்வா கே அண்ட் லெஸ்பியன் வைஷ்ணவைட்ஸ் அசோஷியேஷன் வலைதளத்தைக் காட்டித் தரவேண்டும்.

அயோத்தி பற்றி, பொதுவான சிவில் சட்டம் பற்றி, கோத்ரா பற்றி எல்லாம் இவர் வாயைப் பிடுங்கினால் மெழுகுவர்த்தி வாங்குவதற்கு முன் அது தேவையான செலவா என்பதைத் தீர்மானம் செய்து கொள்ளலாம்.

ஊழல் இந்த நாடு இதுவரை காணாத, கேள்விப்படாத மாபெரும் அளவில் பெருகி இருக்கும் சூழலில், இயக்கம் சாராத தனிநபர்கள் இந்த மாதிரியான ஒழிப்பு இயக்கங்களைத் தலைமை ஏற்று நடத்துவது எவ்வளவு வெற்றி தரும் என்று புரியவில்லை. பெருந்தலைவர்களான ஜெயப்பிரகாஷ் நாராயணும், காமராஜும், ஏகேஜியும் இல்லாத வெறுமை நாள் செல்லச் செல்ல நமக்கு மனதில் வலுவாகத் தோன்றிக்கொண்டே இருக்கும்.

அண்ணா ஹசாரே அப்படி ஒரு தலைவராக உருவாவார் என்று எதிர்பார்த்தால் துரதிருஷ்டவசமாக யோகி அலையில் அவரும் தில்லி ராம்லீலா மைதானத்துக்கு அடித்துப் போகப்பட்டு, பதினெட்டு லட்ச ரூபாய்ச் செலவில் நடைபெறும் மீடியா நிகழ்வான ஏர் கண்டிஷன் பந்தல் உண்ணாவிரதத்தில் சங்கமமாகி விட்டார்.

கிழக்கே பாருங்கள் நட்சத்திரம் தெரிகிறதா என்று. கோபி கிருஷ்ணன் கவிதையில் வருகிற மாதிரி காதில் கடுக்கன் போட்டுக் கொண்டு உலகைச் சீர்திருத்த ஒருத்தர் வரப் போகிறார் என்று காத்திருப்போம்.

செல்லாக் காசு

இருபத்தைந்து பைசா வரை இருக்கிற நாணயங்கள் டீ-மானிடைஸ் செய்யப்பட்டு, பணப்புழக்கத்திலிருந்து விலக்கப்பட்டதாக வெளியான செய்தி துக்ககரமானது.

ஓட்டைக் காலணாவைப் பார்த்த ஞாபகம் தேசலாக இருக்கிறது. சாளூரில் இருந்து வெள்ளரிக்காயும், பச்சைக் கத்திரிக்காயும் விற்க வருகிற அப்பத்தாக்கள் தாலியில் கோர்த்துப் போட்டுக் கொண்டிருப்பார்கள். அதைத்தவிர அறுபதுகளில் அந்தக் காசுகளுக்கு ஒரு பயனும் இருந்ததாகத் தெரியவில்லை.

நிக்கல் காசு புழக்கத்தில் வந்ததும், அரசாங்கத்தில் அழகியல் ரசிகரான யாரோ அதிகாரி ரொம்ப யோசித்து குட்டியூண்டு சதுரமாக ஒரு பைசாவை உருவாக்கினார். ஊர் முழுக்க ஒரு பைசா புழங்கினாலும் அதற்கும் பிரயோஜனம் இருந்ததாக நினைவில்லை. தப்பு. இருந்தது.

காதி வஸ்திராலயத்தில் தக்ளி வாங்கினால் பதினாலு பைசா விலை. மதராஸ் சர்க்கார் வெளியிட்ட சிறிய சைஸ் பாரதியார் பாட்டு புத்தகமும் அதே பதினாலு பைசாதான் விலை. அரசாங்கமே பதினாலு பைசா வருமானத்துக்காக ஏழெட்டுப் பேருக்கு வேலையும் கதர்ச் சட்டை, வேட்டியும் கொடுத்து உட்கார்த்தின அந்தக் கதர்க் கடைகளில் பதினைந்து பைசா கொடுத்துப் பொருள் வாங்கும்போது நாம் மறந்தாலும் அவர்கள் ஞாபகமாக கல்லாவில் இருந்து ஒரு பைசா எடுத்துத் தருவார்கள்.

ரெண்டு பைசா வந்ததும் இருந்ததும் மறைந்ததும் கனவு போல்

இருக்கிறது. வட்டமான செப்புக்காசு, கொஞ்சம் ராஜராஜசோழன் கால சாயலில் இருக்கும் என்று நினைவு மட்டும் இருக்கிறது. அதுக்கு சாதா ஐஸ் ப்ரூட் கிடைக்கும். அழுக்கான வண்டியில் வைத்து வியர்த்து வடிந்து தள்ளிக்கொண்டு வருகிற ஐஸ்காரர் இப்படி இரண்டு இரண்டு பைசாவாக வருமானம் சேர்த்து என்ன மாதிரி வாழ்க்கை நடத்தியிருப்பார்?

மூன்று பைசா நிக்கல் காசு ஒரு புரட்சிக்கு வித்திட்டது. புனல் வாதத்தில் ஓம் நமசிவாயா என்று எழுதின சுவடி வைகைத் தண்ணீரில் மிதக்க சமணர்களின் 'அஸ்தி நாஸ்தி' சுவடி அடித்துப் போனதாக ஒரு டைப் பக்தி பிளஸ் வரலாறு பள்ளிக் கூடங்களிலேயே சொல்லிக் கொடுத்த காலத்தில் கனமான பொருட்கள் கூட மிதக்கும் என்ற நம்பிக்கையைப் பரவலாக்க மூன்று பைசா நாணயம்தான் வெகுவாகப் பயன்பட்டது.

நடுவிரலில் பாந்தமாக உட்கார்த்தி, கிண்ணத்தில் பூத்தாற்போல் விட, அந்தக் காசு மிதக்கிற அழகே தனி. தேர்த் திருவிழாக் கடை சர்பத் வாங்க அந்த மூன்று பைசா போதும். யார் வாங்கிக் குடித்துவிட்டுப் போனாலும் கொடுத்த காசு அடுத்த நிமிஷம் அலுமினிய பேசின் தண்ணீரில் குஷியாக மிதக்க ஆரம்பித்து விடும்.

ஐந்து பைசா அதிகம் தட்டுப்பட்ட காசு. வேகாத வெயிலில் பள்ளிக்கூடத்தில் எங்கள் ஏழு-சி வகுப்பு பானையை நிரப்பப் பக்கத்து செட்டியூரணியில் இருந்து தண்ணீர் சுமந்து வந்து ஊற்றிப் போகும் காது வளர்த்த அம்மாவுக்கு ஐந்து பைசாதான் தினசரி கிளாஸ் ஃபண்டில் இருந்து எடுத்துக் கொடுத்து செலவுக் கணக்கு எழுதப்படும். அந்தம்மா தினசரி பத்து வகுப்புக்குத் தண்ணீர் சுமந்து வந்து ஊற்றுகிறவள். தினசரி ஐம்பது பைசா வருமானத்தில் ஐஸ்காரரை விட கொஞ்சத்துக்குக் கொஞ்சமாவது வசதியாக இருந்திருப்பாளோ.

பத்துப் பைசா கொஞ்சம் கவுரவமான காசு. பாக்கெட்டில் வைத்து காணாமல் போனால், அலைச்சலைப் பொருட்படுத்தாமல் ஒரு நடை வந்த வழியே திரும்பி நடந்து தேட வைக்கக் கூடியது. பத்துப் பைசாவுக்கு ஒரு நாட்டு வாழைப்பழம் வாங்கலாம்.

சென்னைப் பக்கம் வாழக்கா பழம் என்று சொல்கிறது இது.

இதுவும் அதுவும் உதவும்

பத்துப் பைசா ரெண்டு கொடுத்தால் ஆனந்த பவானில் இட்லி கிடைக்கும். தவிர சந்தைக் கடையில் அட்டை முழுக்க ஒட்டி வைத்த பாக்கெட்களை ஒரு பாக்கெட் பத்துப் பைசா கொடுத்துக் கிழித்தால் பம்பர் பிரைஸாக ஐந்து முழு ரூபாய் கிடைக்க வாய்ப்பு உண்டு. அதென்னமோ பத்துப் பைசா அலுமினிய டம்ளரோடு தான் நினைவில் வருகிறது. அந்த டம்ளர் கூட பத்துப் பைசா லாட்டரி பரிசுதான்.

இருபது பைசா வந்தபோது அது உடனே காணாமல் போனது. செப்பில் அடித்த காசு என்பதே காரணம். வாங்கியவர்கள் உருக்கிச் சேர்க்க ஆரம்பித்தார்கள். பின்னால் அது நிக்கல் ஆனபோது சீந்துவாரற்றுப் போய்விட்டது. எந்தக் காசோடும் சேராமல் தனியாகவே இருந்து தனியாகவே போய்ச் சேர்கிற காசு இது.

கால் ரூபாய், நாலு அணா என்றெல்லாம் வீட்டிலும் வெளியிலும் பெரிசுகள் அறிமுகப்படுத்திய இருபத்தைந்து நயாபைசா முக்கியமான துட்டு. எதை எடுத்தாலும் இருபத்தைந்து பைசா வண்டியில் விற்கிற ரப்பர் பந்து, பாரீஸ் தேங்காய் சாக்லெட், தொண்டைக் கட்டுக்கு பெப்ஸ் மாத்திரை, மலச்சிக்கலுக்கு பர்கோலாக்ஸ், வைட்டமின் பி மாத்திரை, ராயர் கடை பஜ்ஜி, பள்ளிக்கூட மேஜிக் ஷோ டிக்கட், பழைய சினிமா பாட்டுப் புத்தகம், நடராஜ் பென்சில், இங்க் பில்லர், வெற்றிலை பாக்கு இப்படி இருபத்தைந்து பைசாவுக்கு ஏகப்பட்டது கிடைத்தது.

இருபத்தைந்து பைசா தோழர் காசி கடையில் கொடுத்தால் தமிழ்வாணனின் கல்கண்டு வாரப் பத்திரிகை கிடைக்கும். வருடக் கணக்காக முப்பத்திரெண்டு பக்கப் பத்திரிகை முழுவதையும் இந்த இருபத்தைந்து பைசாவைக் கருத்தில் கொண்டு வேறே ஆசிரியர் குழு உதவியே இல்லாமல் முழுக்க முழுக்க எழுதித் தள்ளினார் தமிழ்வாணன். தினசரியான முரசொலி கூட இருபத்தைந்து பைசா என்று நினைவு.

ஒண்ணே கால் லட்சம் கோடி ரூபாய் எங்கே, இருபத்தைந்து பைசா எங்கே?

> காலணா நான்பார்த்தே கால்நூறு ஆண்டுதண்ணீர்
> மேல்மிதந்த மூணுபைசா ஞாபகம் போலொருநாள்
> நாலணா போனவழி நாடு மறந்துவிடும்
> காலமெலாம் காசாலே சா

அண்ணாவித்தனம்

– சில குறிப்புகள்

அண்ணாவித்தனம் சில பேருக்கு சுபாவமாகவே வரும். இதுவே அரசாங்கம் என்றால் கேட்கவே வேண்டாம்.

லாடன் பிள்ளை ஓசாமாவை ஓசைப்படாமல் கொன்றுவிட்டுச் சடலத்தைக் கடலில் எறிந்து ஒரு மாதமாகிறது. பாகிஸ்தானில் ஓசாமா அபடாபாதில் வருடக் கணக்காக சுகஜீவனம் நடத்தி வந்தது அந்த நாட்டு மக்களுக்கு சர்வ சாதாரணமாகத் தெரிந்த சங்கதி என்றாலும், பாகிஸ்தான் அரசாங்கம் மட்டும் மெய்யாலுமா, தெரியாதே என்று ஓரேயடியாக ஆச்சரியப்பட்டது.

பாகிஸ்தானில் உலகத் தீவிரவாதிகள் கூட்டு மாநாடு நடத்தினால் என்ன? மாசாந்திரக் கணக்குக்கு காலையில் காப்பிக்கு எருமை மாட்டுப்பால், தள்ளுவண்டியில் புத்தம்புதுக் காய்கறி, மீன், சினிமா கிசுகிசுவோடு வாசலில் வந்து விழுகிற ஞாயிற்றுக்கிழமைச் செய்தித்தாள் என்று வாழ்க்கையின் சின்னச் சின்ன சந்தோஷங்களோடு சகலவிதமான பயங்கரவாதிகளும் குடியும் குடித்தனமும் இருந்தால் என்ன? அடிக்கடி கவிழ்ந்து புதிதாக நிமிரும் பாகிஸ்தான் அரசாங்கத்துக்கு இதெல்லாம் தெரிய வாய்ப்பில்லை என்றால் நம்பித்தான் ஆகவேண்டும். அதுவும் அமெரிக்க அண்ணாவி 'விட்டுத் தள்ளுங்க' என்று சிபாரிசு செய்துவிட்டு அதையும் கடந்து அப்பால் போகும்போது.

தீவிரவாதத்தைக் களையெடுக்க பாகிஸ்தானுக்கு ஒரு நடை போய்விட்டு வரலாம் என்று அமெரிக்கா முடிவெடுத்து, போனோம் வந்தோம் என்று அங்கே விமானத் தாக்குதல் நடத்தியதும் லாடனை லாடம் கட்டியதும் நாம் எல்லோரும் கேள்வி கேட்காமல் காதில் போட்டுக்கொண்ட செய்தி. வேறு தீவிரவாதிகள் யாராவது அந்த அமைதிப் பூங்காவில் தட்டுப்பட்டால் நோகாமல் பிடிக்க அமெரிக்கா அவ்வப்போது ராவல்பிண்டிக்கு மேல் போர் விமானத்தில் ரவுண்ட் அடித்து ரோந்து சுற்றும் என்றும் பெரிய மனதோடு சொல்லியிருக்கிறது.

நாலு அமெரிக்கக் குடிமக்களில் மூணு பேர் பாகிஸ்தானுக்கு அவ்வப்போது நிதி உதவி என்று பணம் அழுவதை நிறுத்தித் தொலைக்கலாம் என்று சொன்னாலும், ஒபாமா பூடகமான புன்னகையோடு காசு தருவதை நிறுத்தவே இல்லை. போதாக்குறைக்கு அவருடைய பாரின் செக்ரட்டரி பாகிஸ்தானுக்கு வழங்கியது வழமையான க்ளீன் ஷீட் *'clean chit'* என்பது அப்படித்தான் உச்சரிக்கப்பட வேண்டுமாம். நன்னடத்தை சர்ட்டிபிகேட் கொடுத்து 'நான் பார்த்துக்கறேன்.. போங்க' என்ற நல்ல மனது அண்ணாவித்தனத்தோடு நிதி உதவி தொடர்கிறது.

ஆக, கூடவே ஈஷிக்கொண்டு குழிபறித்தாலும் அமெரிக்காவுக்கு பாகிஸ்தான் செல்லப் பிள்ளை. இந்தியாவோடு பேசும்போது மட்டும் அமெரிக்க முகம் மாறிவிடும். குரலும் அதிகாரபூர்வமான இயந்திரத்தனத்தோடு கேட்க ஆரம்பித்துவிடும். பாகிஸ்தான் பற்றி அன்பான அண்ணாவித்தனம் வெளிப்படுத்துவது வாடிக்கை என்றால் இந்தியா பற்றி 'எழவெடுத்த கோடிவீட்டுக்காரன்' போல ஏனோ தானோ என்று அது வெளியாகும். ஆதிநாள் சோவியத் யுக குரோதம் இது.

பாலிவுட் நடிகர் ஷாருக்கான் அமெரிக்கா போனால் முழு உடம்பும் தெரிய ஸ்கேன் செய்து அவரை விமானத்துக்குள் அனுப்பி, அந்தப் புகைப்படத்தைத் தாராளமாகப் பகிர்ந்து கொள்ளவும் தயங்க மாட்டார்கள். புடவையணிந்த இந்தியத் தூதர் மீரா சங்கர் மிசிசிப்பிக்கு விமானம் ஏறினாலும், பெண் காவலர்கள் உடம்பு முழுக்கத் தட்டித் தடவிப் பரிசோதித்துத்தான் ப்ளேன் ஏற அனுமதிப்பார்கள். நாளைக்கே பாதுகாப்பு கருதி மன்மோகன் சிங்கின் தலைப்பாகையைப் பிரித்து முகர்ந்து

பார்த்துக்கொண்டிருந்தாலும் ஆச்சரியப்பட வேண்டியதில்லை. இதையெல்லாம் நாலு இங்கிலீஷ் பத்திரிகையில் எழுதுவார்கள். இந்திய அரசு அமெரிக்கத் தூதரை வெளியுறவு அமைச்சரகத்துக்கு வரவழைக்கும். டீயும் பிஸ்கட்டும் கொடுத்து உபசரித்து 'நீங்க பண்றது சரியில்லே' என்று சொல்லி அனுப்புவார்கள் இங்கே இருக்கப்பட்ட வெளியுறவுச் செயலர் நிருபமா ராவும் இன்ன பிறரும். மேம்போக்காக அமெரிக்க அரசு வருத்தப்பட்டு வைக்கும். இதனால் இந்தியா-அமெரிக்கா நட்புறவு பாதிக்கப்படாது என்று யாரும் கேட்காமலேயே திட்டவட்டமாக அறிவிப்பதோடு கருமாதிக் கடுதாசி முடியும்.

மோனிகா லெவின்ஸ்கி போல், ஒபாமா அலுவலகத்தில் பயிற்சிக்குச் சேர்ந்த இளவட்டம் யாராவது வெளியிட்டதாக இருக்கும் அது. பயிற்சியின் ஒரு பகுதியாக இப்படியான ஒரு டெம்ப்ளேட் கடுதாசி எழுதி இந்தியாவுக்கு அனுப்புவதற்கு அவங்களுக்கு ஒரு வாய்ப்பு. அவ்வளவுதான்.

பிரபலங்களை எப்படி வேண்டுமானாலும் அவமதித்துக் கொள்ளட்டும். ஆயுசோடு இருக்கும் பட்சத்தில் அவர்கள் அரசாங்கம் மூலம் பேருக்காவது நீதி கிடைக்கப் போராடுவார்கள். வெற்றி கிடைக்காவிட்டால் என்ன. நாலுநாள் பத்திரிகையில் பெயர் வருமே. ஆனால் குடிமக்கள்? இந்த அண்ணாவித்தனத்தில் அதிகம் அவதிப்படுகிறது அவங்கதான். அவங்க நிலைமை என்ன?

ரிடையர் ஆகி அக்கடா என்று வீட்டோடு இருக்கப்பட்டவர்களை அமெரிக்காவில் இருக்கப்பட்ட பிள்ளையோ பெண்ணோ வருந்தி வருந்திக் கூப்பிட்டு டிக்கெட் எடுத்துக் கொடுத்து அமெரிக்கா வரவழைப்பார்கள். ரெண்டு பேரும் வேலைக்குப் போவதால் கட்டணம் இல்லாமல் கைக்குழந்தையைப் பார்த்துக் கொள்ள முந்தின தலைமுறையின் ஒத்துழைப்பு கட்டாயம் தேவை. இல்லாவிட்டாலும் பிரதியுபகாரம் கருதாத அன்பு அழைப்புகளும் உண்டு. ஏற்றுக்கொண்டு, 'கனாட்டிகட்லே மாப்ளே வந்து கூட்டிண்டு போறேன்னு இருக்கார்... புதுசா கார் வாங்கியிருக்காராம்; என்று பறந்துபோய் இறங்கியதும், ஏர்போர்ட் இமிகிரேஷன் அலுவலர்களை இவர்கள் முதல் காரியமாக நம்ப வைக்க வேண்டும்.

கனக்டிகட் மாப்பிள்ளை கார் பற்றி இல்லை, இவர்கள் பூர்வோத்திரத்தை.

அதாவது, அமெரிக்காவில் செட்டில் ஆகி, உயிரை விடும்வரை இருப்பது உத்தேசமில்லை என்றும், ஊரில் எண்ணூத்து சில்லறை சதுர அடி ப்ளாட், கும்பாபிஷேகக் கமிட்டி, பூங்காவில் காலார காலை நேரத்தில் டிரவுசர் மாட்டிக்கொண்டு நடை, பக்கத்து ப்ளாட் வம்பு, டிவியில் வேளுக்குடி கிருஷ்ணன் தொடர் சொற்பொழிவு போன்ற சமாசாரங்களுக்காகத் திரும்பிப் போயே தீர வேண்டும் என்றும் அவர்களை நம்ப வைத்தால்தான் நாட்டுக்குள் அடியெடுத்து வைக்கலாம். குடைகுடை என்று குடைந்து தள்ளிவிடுவார்கள் சில அதிகாரிகள்.

அண்ணாவித்தனமான இந்த மாதிரி விசாரிப்புகளுக்கு ஈடு கொடுப்பதைப் பற்றி சுஜாதா எழுதியிருக்கிறார். வெறுத்துப் போய், 'ஏன் என்னை பயங்கரவாதி போல நடத்துறீங்க' என்று இன்னொரு பிரபல சீனியர் எழுத்தாளர் சீறியபோது, பயங்கரவாதி என்ற ஒரே வார்த்தையைப் பிடித்துக்கொண்டு தொங்கி அவரை மேலும் கஷ்டப்படுத்தி அனுப்பியதும் நடந்ததுதான்.

இந்த வாரம் நியூயார்க்கில் காட்டப்பட்டது இன்னொரு மாதிரியான அண்ணாவித்தனம்.

பள்ளிக்கூடத்தில் படிக்கிற இந்திய இளம்பெண் கிருத்திகா பிஸ்வாஸ். ஆசிரியருக்கு ஈ-மெயிலில் ஆபாச அஞ்சல் அனுப்பியதாகக் குற்றச்சாட்டு. எந்த விசாரணையும் இல்லாமல் பள்ளி நிர்வாகம் அந்தப் பதினெட்டு வயதுப் பெண்ணை போலீசில் ஒப்படைத்துவிட்டது. பெற்றவர்களுக்குக்கூட இது பற்றித் தகவல் சொல்லவில்லை. இவ்வளவுக்கும் பெண்ணின் அப்பா இந்தியத் தூதரக உயர் அதிகாரியாக நியூயார்க்கில் இருப்பவர்.

விசாரணைக்கு இட்டுப்போன இந்தப் பெண்ணை போலீஸ் கையில் காப்பு மாட்டி இருபது பேர் இருந்த நெரிசலான அறை ஒன்றில் நாளெல்லாம் உட்கார வைத்தது.

டாய்லெட் வசதி கூட இல்லாத இடத்தில் அத்தனை பேரும் பார்க்க அவள் சிறுநீர் கழிக்க வேண்டிய கட்டாயம். குடிக்கத் தண்ணீர் கேட்டால் ஒரு தொட்டியைக் காட்டினார்கள். கைது செய்யப்பட்ட யாரோ அதில் வாந்தி எடுத்து வைத்திருந்தார்கள்.

சத்தியமாக இது அமெரிக்காதான். என்.ஒய்.பி.டி சீரியல் சுவாரசியமாகப் பார்க்கிறோமே, இதுவும் அதே நியூயார்க் போலீஸ் டிபார்ட்மெண்ட்டின் அவமானகரமான எபிசோடுதான்.

அந்தப் பெண் குற்றமற்றவள் என்று நிரூபணம் ஆகி வெளியே வருவதற்குள் அவள் மனத்தளவிலும் உடலளவிலும் பட்ட துன்பத்தை ஒரு தந்தை என்ற முறையில் எண்ணிப் பார்க்க நெஞ்சு வலிக்கிறது. 'தூதரக ஊழியர் குடும்ப உறுப்பினர் என்பதற்காக சலுகை காட்ட முடியாது' என்று விஷயத்தைத் திசை திருப்ப நாலாந்தர அரசியல்வாதி போல் அமெரிக்க அதிகாரிகள் திரும்பத் திரும்பச் சொல்லும்போது அவர்கள் முகத்தில் காறி உமிழ வேண்டும் போல் இருக்கிறது.

போபாலில் ஆயிரக்கணக்கானவர்களின் வாழ்க்கையோடு விளையாடிய யூனியன் கார்பைட் நிறுவனத்தின் தலைவரான அமெரிக்க கோடீசுவரர் வாரன் ஆண்டர்சன் இந்தியாவில் கைதான போது அந்தக் கொலைகாரனை சகல அரசு மரியாதைகளோடும் தனி விமானத்தில் பத்திரமாக ஊருக்கு அனுப்பி வைத்தவர்கள் நாம். அண்ணாவித்தனமாக அப்போதைய அமெரிக்க ஜனாதிபதி ரொனால்ட் ரீகன் தொலைபேச, இந்திய அரசு நடுநடுங்கிச் செய்த ஈனத்தனமான காரியம் அது.

இந்த முறை இந்திய அரசு என்ன செய்யப் போகிறது? கண்டனம் தெரிவித்துக் கதையை முடித்துவிடும். அதுக்கு மேல் செய்ய நாம் என்ன அண்ணாவிகளா?

பாதல் சர்க்கார்

பாதல் சர்க்கார் இறந்துபோய்விட்டார். ஆறு வருடம் முன் லண்டன் வால்த்தம்ஸ்டோவில் நண்பர் அம்ஷன்குமார் பாதல் சர்க்கார் பற்றி எழுதி இயக்கிய ஆவணப் படம் பார்த்த கதையை ஆர்வமுள்ளவர்கள் பழைய 'திண்ணை'யில் பொறுமையாகத் தேடிப் படித்துக் கொள்ளவும்.

பாதலுக்காக நினைவுக் கூட்டம் நடத்தி அந்தப் படத்தைத் திரையிடலாமே என்றேன் அம்ஷனிடம். பிரளயன் ஏற்பாடு செய்திருப்பதாகச் சொன்னதோடு கரிசனமாக அழைப்பும் அனுப்பி வைத்திருந்தார்.

சர்க்கார் எனக்கு முதலில் கோ.ராஜாராம் மொழிபெயர்த்து என் ஆசிரியர் கவிஞர் மீராவின் அன்னம் வெளியீடாக வந்த 'மற்றொரு இந்திரஜித்' மூலமாகத்தான் அறிமுகமானவர். அவருடைய நாடகங்களை ஜெயந்தனின் நாடகங்கள் போல் படிப்பது எனக்கு ரசனைக்குரியதாகத் தெரிகிறது. நாடகமாக நடத்தும்போது அறிவுஜீவிதச் செயற்கை தெரிகிறதாகச் சொன்னால் ஞாநி ஆட்சேபிப்பார்.

மூன்று பக்கம் திரை வைத்து மூடி நான்காம் பக்கம் பார்வையாளர்களைப் பார்த்துத் திறந்து அவர்களிடமிருந்து கொஞ்சம் போல் விலகி எல்லோரும் பார்க்கிற உயரத்தில்

அமைந்திருக்கிற மரபு சார்ந்த ப்ரொஸீனியம் அரங்கை பாதல் சர்க்கார் ஒதுக்கி வீதிக்கு வந்ததுக்குக் காரணம் அவர் நாடகத்தை மக்களுக்கு நெருக்கமாக எடுத்துப் போக மரபு அரங்கம் போதாமல் இருந்தது என்கிறார்கள்.

பாதலின் உடல்மொழி அரங்கம் (பாடி தியேட்டர்) ஏகமாக சிலாகிக்கப்படுகிறது. அதீத உடல்மொழிதான் இந்த உடல்மொழி அரங்கத்தின் உச்சமாக எனக்கு மனதில், கண்ணில் பட்டது. ஆவணப் படம் மூலம் நாடகக் காட்சிகளைப் பார்த்ததால் ஏற்பட்ட உணர்ச்சியாகவும் அது இருக்கலாம். பாதலின் நிறுவன எதிர்ப்புக்கு இந்த அதீதம் எந்தவிதத்தில் துணைபோனதோ தெரியாது.

ஆட்டத்தோடு கூடிய நாட்டுப் பாடல், கால் இடுக்கில் கொட்டு வைத்து வாசித்துக்கொண்டு பிரவேசம், கைக்குட்டையைச் சுழற்றி ஊய் ஊய் என்று சத்தம் போட்டு ஹெலிகாப்டரை உருவகப்படுத்துவதான (கிட்டத்தட்ட) டம்ப் ஷாரட், ஒரே வசனத்தை ஏழெட்டு தடவை எல்லோரும் ஏதோ சத்தியத்துக்குக் கட்டுப்பட்டது போல் உச்சரிப்பது, பைஜாமா ஜிப்பாவோடு நாடக ஆசிரியர் திடீரென்று குறுக்கே புகுந்து, ஊர்வலம் வந்துட்டு இருக்கு என்று சொல்லிவிட்டுப் போவது என்று இந்தப் பாடி தியேட்டரும் நாடக ரசிகனை நாடக வெளிக்கு உள்ளே வர ஒட்டாமல் தடுத்துவிடும் அபாயம் இருக்கிறது.

பாதல் நாடகத்தில் பாட்டு இருக்கிறது. உண்மைதான். ஆனால் அவரே சொல்கிறார் எங்கள் நாடகங்களை விரும்பிக் கூப்பிட்ட கிராம மக்கள் பாட்டுகள் அமைந்த நாடகங்களோடு வரச் சொன்னார்கள். பாட்டுக்காக நாடகம் என்பது எழுதியவருக்கு உடன்பாடு இல்லை. ஆனால் பார்வையாளரை அதுதான் இழுக்கிறது. சோதனை நாடகம் பழகிய பாதைக்குத் திரும்பப் பயணிக்க பார்வையாளர்களின் பிரதியாக்கம் காரணமாகிறது என்று இண்டலெக்சுவல் கல்குவாரி உடைத்து ஒரு லோடு அடிக்க நான் தயார்.

உத்தியில் இல்லை நாடகம், மனதில் இருக்கிறது என்று தோன்றுகிறது. மக்கள் கலைஞர் கத்தாரின் இசை நிகழ்ச்சிகளுக்கும் பாதல் சர்க்காரின் பாட்டோடு கூடிய பரீட்சார்த்த நாடகங்களுக்கும் என்ன வேற்றுமை? கத்தார் இப்படி அறிவுஜீவிதத் தன்மையோடு

இதுவும் அதுவும் உதவும்

அரங்கில் நடித்தது இல்லை என்பது தவிர. சண்டைபிடிக்க வருகிறவர்கள் கத்தாரின் 'பத்ரம் கொடுகோ' பாடலைக் கேட்டுவிட்டு வரலாம்.

உடல்மொழி அரங்கத்தோடு எனக்கு எந்த விரோதமும் இல்லை. ப்ரோசினியம் தியேட்டரின் சாத்தியக்கூறுகளை இன்னும் முழுமையாகப் பயன்படுத்திக்கொள்வது அதைவிட அல்லது அதே தரத்தில் முக்கியமானதாகத் தோன்றுகிறது. சாம்யுவெல் பெக்கட்டின் 'கோடாவுக்காகக் காத்திருத்தல்'. டென்னசி வில்லியம்ஸின் 'பல்லி ராத்திரி நைட் ஆப் தி இகுவானா', ஹெரால்ட் பிண்டரின் 'பிறந்த நாள்' போன்ற ஆங்கில நாடகங்களைத் தொடர்ந்து பார்க்கக் கிடைத்த அனுபவம் என்னை ப்ரோசீனியம் தியேட்டர் பக்கமாகத்தான் மேலும் நகர்த்துகிறது.

பாதலுக்கு அஞ்சலி செலுத்த இந்தச் சிந்தனைகள் எதுவும் குறுக்கே நிற்காது.

மேடையில் மறுபடியும் சுருட்டு

ஸ்காட்லாந்தில் நாடக மேடையில் மொட்டைக் கட்டையாக ஒரு காட்சியிலோ நாடகம் முழுவதுமோ வந்தால் தப்பே இல்லை. நியூட் தியேட்டர் ரசனையைப் பொறுத்த ஒன்று. ஆனால் மேடையில் வின்ஸ்டன் சர்ச்சிலாகத் தோன்றி சுருட்டுப் பற்ற வைத்தால் ஓரமாகக் காத்திருக்கும் போலீஸ்காரர்கள் பிடித்துப் போய் வழக்குப் போட்டு விடுவார்கள். மேடையில் புகைபிடிப்பது மாபெரும் குற்றம்.

இந்தியாவில் சுருட்டோ சிகரெட்டோ மேடையில் பிடிக்கத் தடை ஒன்றும் இருப்பதாகத் தெரியவில்லை. முப்பது வருடம் முன்னால் ஹிந்துஸ்தானி இசை நிகழ்ச்சிகள் நடுவே ஒரு இடைவேளை அறிவித்துவிட்டு, வடக்கே இருந்து வரும் உஸ்தாத்கள் நடுமேடையில் ஹுக்கா பற்ற வைத்து லயத்தோடு புகை வலிப்பார்கள். நம் வித்வான்கள் லாகிரி வஸ்து பக்கமே மேடையில் இருக்கும்போது மட்டுமாவது- போவதில்லை என்று பொதுவான கருத்து. அதிலும் சம்பிரதாயமாகப் பாடுகிற சிலர் வெள்ளிக் கூஜாவில் நாலு மடக்கு விஸ்கியோ பிராந்தியோ எடுத்துப் போய் தம்பூரா போடுகிற சிஷ்யன் எவர்சில்வர் டம்ளரில் வார்த்துக் கொடுக்க, அங்கவஸ்திரத்தால் முகத்தை மூடி ஒரே கல்பில் குடித்து முடித்துவிட்டு நிதிசால சுகமா கீர்த்தனை பாட ஆரம்பிப்பார்கள் என்று இன்னும் சுழன்றுகொண்டிருக்கும் வதந்திகள் உண்டு. நம்ப முடியாவிட்டாலும் ரசமானவையே அவையெல்லாம்.

நாடக மேடையில் புகைவலி, லாகிரி வஸ்து உபயோகிப்பது, நக்னம் இதெல்லாம் ஒருபக்கம் இருக்கட்டும். பார்வையாளர்களைப் பற்றி யாராவது யோசித்ததுண்டா?

போன மாதம் கனடா றொறொண்றோவில் (என்ன செய்ய, இப்படி எழுதினால்தான் எனக்கே புரிகிறது) 'இஷ்டப்பட்டால் உடுத்தி வரலாம்' சலுகையோடு மோண்ட்பார்ன்ஸே என்ற பிரஞ்சு நாடகம் நடத்தப்பட்டதாகத் தெரிகிறது. முக்கிய பாத்திரங்கள் கிட்டத்தட்ட நாடகம் முழுக்கப் பிறந்த வண்ணம் தோன்றி ஓவிய மேதைகளான பிக்காசோவாகவும், பாஸ்கினாகவும், மார்க் சகால் ஆகவும் நடித்த நாடகம் இது. இவங்க எப்போ பிறந்த மேனிக்கு இருந்தாங்க என்று கேட்க வேணாம் ஸ்பெயின், பிரஞ்சுக்காரர்களாக இருந்தாலும், வாழ்க்கையில் ஒருதடவையாவது குளித்திருக்க மாட்டார்களா என்ன?

கதாபாத்திரங்களே காற்றோட்டமாக வரும்போது பார்வையாளர்களும் அப்படியே வந்தால் என்ன என்று யோசித்து ஃபேஸ்புக்கில் குழு ஆரம்பித்து ஆதரவு திரட்டினார்கள். 'பிரிட்டீஷ் புது மணப்பெண் இளவரசி கேட் மிடில்டனின் தங்கை பிப்பா மிடில்டன் பிருஷ்ட ரசிகர் சங்கம்' போன்ற அமைப்புகள் நிறைந்த ஃபேஸ்புக்கில் இவர்களுக்கு ஆதரவுக்கு என்ன பஞ்சம்?

நாடகம் அவை நிறைந்து பாஸ் முராலே அரங்கில் நடத்தப்பட்டதாகத் தகவல். நாடகம் பார்க்க வந்தவர்கள் தவறாமல் ஆளுக்கொரு துண்டோடு வந்தார்களாம். உடுத்துக்கொண்டு இல்லை. ஆசனத்தில், சரி, இருக்கையில் விரித்து அதன் மேல் இருந்து நாடகம் பார்த்து ரசிக்க. நாடகம் முடிந்ததும் எல்லா இருக்கையையும் சுத்தமாக அலம்பிவிட எவ்வளவு தண்ணீர் செலவழித்தார்களோ தெரியவில்லை. ப்ரோசீனியம் தியேட்டரில் இதுவும் ஒரு நன்மை பாருங்கள்.

ஆடலும் பாடலும் அன்றே முடிந்தது
கூடலும் சீக்கிரம் காணலாம் மேடையில்
தேடல் தொடரும் திரையுயர நக்னமாய்
நாடகம் பார்க்கநீ வா

★★★